PRAYERS THAT BRiNG DIVINE ACCELERATION AND DIVINE FAVOUR

DR. D. K. OLUKOYA
General Overseer
MFM MINISTRIES, LAGOS, NIGERIA

2016 A .D. Seventy Days Fasting & Prayer Programme
English & Yoruba Version
(Dr. D. K. Olukoya)

ISBN 978-978-920-177-8

© 2016 A .D.

A publication of:
MOUNTAIN OF FIRE AND MIRACLES MINISTRIES
13, Olasimbo Street, off Olumo Road,
(By UNILAG Second Gate), Onike, Iwaya
P. O. Box 2990, Sabo, Yaba, Lagos.
E-mail: mfmhqworldwide@mountainoffire.org
Web-site: www.mountainoffire.org

I salute my wonderful wife, Pastor Shade, for her invaluable support in the ministry. I appreciate her unquantifiable support in the book ministry as the cover designer, art editor and art adviser.

All Scriptures are quoted from the King James version of the Bible

PREFACE

"O Thou that hearest prayer, unto thee shall all flesh come" (Ps 65:2).

We give all the glory to the Lord for what He has been doing with our annual Seventy days prayer and fasting programme. The Lord has used the programme to: ignite the fire of revival in thousands of lives, put stubborn pursuers to flight, produce prayer eagles, open chapters of prosperity for many, confuse satanic dribblers and put the enemies' gear in reverse. Prayer is of great value in turbulent and non-turbulent situations. Prayer is a necessity not an option.

"Howbeit this kind goeth not out but by PRAYER AND FASTING" (Matt 17:21).

Some mountains will not fall unless they are bombarded with the artillery of prayer and fasting.

The weapon of prayer and fasting have been known to do wonders when other methods have failed. In addition, some breakthroughs are impossible unless there is regular, consistent, concerted, constant bombardment of prayers. The prayer points for this year's programme have been specially vomited by the Holy Ghost to bring salvation, deliverance and healing of the spirit, soul and body to God's people. Pray them with determination, pray them with aggression, pray them with violence in your spirit, pray them with violent faith, pray them with great expectation and your life will never remain the same. The God who answereth by fire will surely answer you, in Jesus' name.

Your friend in the school of prayer,

Dr. D. K. OLUKOYA

I Am Alpha and Omega

C. Austin Miles

J.Lincoln Hall

A CALL FOR LOYAL SOLDIERS COMES

As a Volunteer

W.S. Brown

Chas. H. Gabriel

Cling to the Bible

M. J. Smith, 1887

James Ramsey Murray

O JESUS, I HAVE PROMISED

AURELIA

D. 7s. 6s.

HEAR THE FOOTSTEPS OF JESUS

Wilt Thou Be Made Whole

W. J. K

Wm. J. Kirkpatrick

HYMN NUMBER 1
MY TRUST I PLACE NOW AND EVER
I AM ALPHA (8.8.8.5. & Ref)

I am Alpha and Omega, saith the Lord - Rev. 1:8

1. *mf* My trust I place now and ever
In One my soul can deliver,
A Refuge strong failing never,
f For His Word is sure

2. *f* My heart with joy now is telling
Of Him who finds there a dwelling,
Whose love is gently compelling,
On his word to rest.

chorus
f I am Alpha and Omega,
The beginning and the ending,
Which is and which was,
And which is to come
I am Alpha and Omega
The beginning and the ending
The almighty, the Almighty,
Saith the Lord.

3. *cr* Jehovah, God! Still attend me,
From doubt and fear still defend me
Faith to sustain ever send me,
That my soul fail not.

HYMN NUMBER 2
THEY WHO KNOW THE SAVIOUR SHALL IN HIM BE STRONG
VICTORY ALL THE TIME

. . . but the people that do know their God shall be strong, and do exploits. Dan. 11:32

1. *mf* They who know the Saviour shall in Him be strong,
Mighty in the conflict of the right 'gainst wrong.
This the blessèd promise given in God's Word,
Doing wondrous exploits, they who know the Lord.

Chorus
f Victory! victory! Blessed, blood-bought victory!
Victory! victory! vict'ry all the time!
As Jehovah liveth, strength divine He giveth
Unto those who know Him vict'ry all the time!

2. *mp* In the midst of battle be thou not dismayed,
p Though the powers of darkness 'gainst thee are arrayed.
mf God, thy Strength, is with thee, causing thee to stand,
Heaven's allied armies wait at thy command.

3. *f* Brave to bear life's testing, strong the foe to meet,
Walking like a hero midst the furnace heat,
ff Doing wondrous exploits with the Spirit's Sword,
Winning souls for Jesus, praise, O praise the Lord!

HYMN NUMBER 3
TELL IT TO JESUS, ALL OF THY SORROW
TELL IT TO JESUS 10.8.10.8 & Ref

Casting all your care upon Him - 1Pet 5:7

1. *p* Tell it to Jesus, all of thy sorrow,
All of thy cares whate'er they be;
Surely and sweetly, He will deliver,
He will sustain and comfort thee.

2. *mp* Tell it to Jesus, He is thy Saviour,
Tell it, and His salvation see;
Do not deny Him, Do not defy Him,
He will sustain and comfort thee.

Chorus
mp Tell it to Jesus, tell it to Jesus,
Tell it to Jesus, He will hear,
Only believe Him, trust and receive Him,
He will sustain and comfort thee.

3. *cr* Tell it to Jesus, He is a refuge,
Into His arms for mercy flee;
Tell it believing, Tell it receiving,
Grace to sustain and comfort thee.

HYMN NUMBER 4
A CALL FOR LOYAL SOLDIERS COMES
AS A VOLUNTEER

No man that warreth entangleth himself with the affairs of this life; that he may please him who hath chosen him to be a soldier. 2Tim. 2:4

1. *mf* A call for loyal soldiers Comes to one and all;
Soldiers for the conflict, Will you heed the call?
f Will you answer quickly, With a ready cheer?
Will you be enlisted As a volunteer?

Chorus
f A volunteer for Jesus, A soldier true!
mf Others have enlisted, Why not you?
f Jesus is the Captain, We will never fear;
Will you be enlisted As a volunteer?

2. *mp* Yes, Jesus calls for soldiers Who are filled with pow'r,
Soldiers who will serve Him Ev'ry day and hour;
mf He will not forsake you, He is ever near;
Will you be enlisted As a volunteer?

3. *mf* He calls you, for He loves you With a heart most kind,
p He Whose heart was broken, Broken for mankind;
mp Now, just now, He calls you, Calls in accents clear,
Will you be enlisted As a volunteer?

4. *mf* And when the war is over, And the vict'ry won,
When the true and faithful Gather one by one,
He will crown with glory All who there appear;
Will you be enlisted As a volunteer?

HYMN NUMBER 5
CLING TO THE BIBLE, THO' ALL ELSE BE TAKEN
CLING TO THE BIBLE (11.10.11.10 & Ref)
Search the Holy Scriptures - Joh 5:39

1 *f* Cling to the Bible, tho' all else be taken;
Lose not its precepts, so precious and pure;
Souls that are sleeping its tidings awaken;
Life from the dead in its promises sure.

ff Cling to the Bible!
Cling to the Bible!
Cling to the Bible—
Our Lamp and our Guide!

2. *mf* Cling to the Bible! This jewel and treasure
Brings life eternal, and saves fallen man;
Surely its value no mortal can measure:
Seek for its blessing, O soul, while you can!

3. *f* Lamp for the feet that in byways have wandered,
Guide for the youth that would otherwise fall;
Hope for the sinner whose life has been squandered,
Staff for the aged, and best book of all.

HYMN NUMBER 6
O JESUS I HAVE PROMISED (7.6.7.6 D)
If any man serve me, let him follow me (John 12:26)

1. *mp* O Jesus, I have promised
To serve Thee to the end;
Be Thou forever near me,
My Master and my Friend:
I shall not fear the battle
If Thou art by my side,
Nor wander from the pathway
If Thou wilt be my guide.

2. O let me feel Thee near me,
The world is ever near;
I see the sights that dazzle,
The tempting sounds I hear:
di My foes are ever near me,
Around me and within;

cr But, Jesus, draw Thou nearer,
And shield my soul from sin.

3. *p* O let me hear Thee speaking
In accents clear and still,
Above the storms of passion,
The murmurs of selfwill,
cr O speak to reassure me,
To chasten or control;
O speak, and make me listen,
Thou Guardian of my soul.

4. *mf* O Jesus, Thou hast promised
To all who follow Thee,
That where Thou art in glory,

There shall Thy servant be;
And, Jesus, I have promised
To serve Thee to the end;
O give me grace to follow,
My Master and my Friend.

5. *p* O let me see Thy footmarks
And in them plant mine own;
My hope to follow duly
Is in Thy strength alone,
O guide me, call me, draw me,
Uphold me to the end;
And then in heaven receive me,
My Saviour and my Friend.

HYMN FOR THE VIGIL
HEAR THE FOOTSTEPS OF JESUS (13.13.12.12 & Ref)
For I am the Lord that healeth thee (Exod. 15:26)

1. *f* Hear the footsteps of Jesus,
He is now passing by,
Bearing balm for the wounded,
Healing all who apply;
As He spake to the suff'rer
Who lay at the pool,
He is saying this moment,
"Wilt thou be made whole?"

Refrain
mf Wilt thou be made whole?
Wilt thou be made whole?
P Oh come, weary suff'rer,
Oh come, sin-sick soul;
f See the life-stream is flowing,
See the cleansing waves roll,
Step into the current and thou shalt be whole.

2. *f* 'Tis the voice of that Savior,
Whose merciful call
Freely offers salvation
To one and to all;
He is now beck'ning to Him
Each sin-tainted soul,
And lovingly asking,
"Wilt thou be made whole?"

3. *mf* Are you halting and struggling,
Overpowr'd by your sin,
While the waters are troubled
Can you not enter in?
f Lo, the Savior stands waiting
To strengthen your soul;
He is earnestly pleading,
"Wilt thou be made whole?"

4. *mp* Blessed Savior, assist us
To rest on Thy Word;
Let the soul healing power
On us now be outpoured;
Wash away every sin-spot,
Take perfect control,
Say to each trusting spirit,
"Thy faith makes thee whole."

PRAISES - TO BE SAID DAILY

Father, in the name of Jesus, I thank You for:

1. Drawing me to prayer and power,
2. The salvation of my soul,
3. Baptizing me with the Holy Spirit,
4. Producing spiritual gifts upon my life,
5. The fruit of the spirit working in me,
6. The wonderful gift of praise,
7. All the ways You have intervened in my affairs,
8. Your divine plan for my life,
9. You will never leave me nor forsake me,
10. Bringing me to a place of maturity and deeper life,
11. Lifting me up when I fall,
12. Keeping me in perfect peace,
13. Making all things work together for good for me,
14. Protecting me from the snares of the fowler and from the noisome pestilence,
15. The wonder-working power in Your Word and in the Blood of the Lamb,
16. Giving Your angels charge over me,
17. Fighting for me against my adversaries,
18. Making me more than a conqueror,
19. Supplying all my needs according to Your riches in glory,
20. Your healing power upon my body, soul and spirit,
21. Flooding my heart with the light of heaven,
22. Always causing me to triumph in Christ Jesus,
23. Turning my curses into blessings,
24. Enabling me to dwell in safety,
25. All the blessings of life,
26. Your greatness, power, glory, majesty, splendor and righteousness,
27. Silencing the foe and the avenger,
28. You are at my right hand and I shall not be moved,
29. You are trustworthy and will help Your own,
30. Not allowing my enemies to rejoice over me,
31. Your wonderful love,
32. You are great and greatly to be praised,

33. Delivering my soul from death and my feet from stumbling,
34. You are my fortress and refuge in time of trouble,
35. Your faithfulness and marvellous deeds,
36. Your act of power and surpassing greatness,
37. Dispersing spiritual blindness from my spirit,
38. Lifting me out of the depths,
39. Preserving me and keeping my feet from slipping,
40. Your name is a strong tower, the righteous runs into it and he is safe.

PRAYERS FOR CHURCH, MISSIONARY ACTIVITIES AND CHRISTIAN HOMES

TO BE SAID EVERY SUNDAY

1. Thank You, Father, for the promise which says, "I will build my church and the gates of hell shall not prevail against it."
2. I ask for forgiveness of every sin causing disunity and powerlessness in the body of Christ.
3. I take authority over the power of darkness in all its ramifications, in Jesus' name.
4. I bind and cast out every spirit causing seduction, false doctrine, deception, hypocrisy, pride and error, in Jesus' name.
5. Every plan and strategy of satan against the body of Christ, be bound, in the name of Jesus.
6. Every spirit of prayerlessness, discouragement and vainglory in the body of Christ, be bound, in the name of Jesus.
7. Father, let the spirit of brokenness be released upon us, in Jesus' name.
8. I command the works of the flesh in the lives of the brethren to die, in Jesus' name.
9. Let the power of the cross and of the Holy Spirit be released to dethrone flesh in our lives, in the name of Jesus.
10. Let the life of our Lord Jesus Christ be truly established in the body of Christ, in the name of Jesus.
11. Every power of selfishness, over-ambition and unteachableness, be broken, in the name of Jesus.
12. Father, grant unto the body of Christ the mind of Christ, forgiving spirit, tolerance, genuine repentance, understanding, submission, humility, brokenness, watchfulness and the mind to commend others better than ourselves, in Jesus' name.
13. I challenge and pull down the forces of disobedience in the lives of the saints, in the name of Jesus.
14. I command these blessings on the body of Christ and ministers

- love	- joy	- peace
- longsuffering	- gentleness	- goodness
- faith	- meekness	- temperance
- divine healing	- divine health	- fruitfulness
- progress	- faith	- the gifts of healing
- prophecy	- discerning of spirits	- the word of wisdom

- the word of knowledge
- the working of miracles
- divers kinds of tongues
- the interpretation of tongues
- beauty and glory of God
- righteousness and holiness
- dedication and commitment

15. Father, create the thirst and hunger for God and holiness in our lives, in the name of Jesus.

16. O Lord, send down the fire of revival into the body of Christ.

17. O Lord, break and refill Your ministers and vessels afresh.

18. Let there be a full and fresh outpouring of the Holy Ghost upon the ministers of God, in the name of Jesus.

19. O Lord, give unto Your ministers the power for effective prayer life.

20. O Lord, release faithful, committed, dedicated and obedient labourers into the vineyard.

21. I break down the authority and dominion of satan over the souls of men, in the name of Jesus.

22. Every spirit holding the souls of men in captivity, I shatter your back-bone, in the name of Jesus.

23. Every covenant between the souls of men and satan, I dash you to pieces, in the name of Jesus.

24. Let the spirit of steadfastness, consistency, hunger and thirst for the words of God come upon the converts, in Jesus' name.

25. O Lord, release upon all our missionaries and evangelists fresh fire to disgrace territorial spirits.

26. I break the power and the grip of the world upon the souls of men, in the name of Jesus.

27. I release the spirit of salvation upon areas that have not been reached by the gospel, in the name of Jesus.

28. O Lord, remove all the hindrances to Your purpose for Christian homes.

29. I command the spirit of quarrel, immorality, unfaithfulness, infirmity, disagreement, misunderstanding and intolerance to loose their grips upon Christian homes, in the name of Jesus.

30. Let all Christian homes be a light to the world and a vehicle of salvation, in the name of Jesus.

31. O God, raise up Esther, Ruth and Deborah in this generation, in Jesus' name.

32. Every power destroying joy in the home, be dismantled, in Jesus' name.

33. O Lord, grant us special wisdom to train our children in Your glory.

34. Every Christian marriage that has been re-arranged by the enemy, be corrected, in the name of Jesus.

35. O Lord, let the spirit of wisdom, judgement, submission, gentleness, obedience to God's word and faithfulness in the home, come upon Christian homes.

36. O Lord, remove every wrong spirit from the midst of Your children and put in the right spirit.

37. I take authority, over the plans and activities of satan on ministers' homes, in the name of Jesus.

38. O Lord, increase the power and strength of the ministration of Your words amongst us.

39. Let the kingdom of Christ come into every nation by fire, in Jesus' name.

40. O Lord, dismantle every man-made programme in the body of Christ and set up Your own programme.

PRAYERS FOR THE NATION

TO BE SAID ON FRIDAYS

SCRIPTURES: 1Tim 2:1-2: I exhort therefore, that, first of all, supplications, prayers, intercessions, and giving of thanks, be made for all men; For kings, and for all that are in authority; that we may lead a quiet and peaceable life in all Godliness and honesty.

Jer 1:10: **See, I have this day set thee over the nations and over the kingdoms, to root out, and to pull down, and to destroy, and to throw down, to build, and to plant.**

Other Scriptures: Isa 61:1-6; Eph 6:10-16.

Praise Worship

1. Father, in the name of Jesus, I confess all the sins and iniquities of the land, of our ancestors, of our leaders, and of the people. E.g., violence, rejection of God, corruption, idolatry, robbery, suspicion, injustice, bitterness, bloody riots, pogroms, rebellion, conspiracy, shedding of innocent blood, tribal conflicts, child-kidnapping and murder, occultism, mismanagement, negligence, etc.

2. I plead for mercy and forgiveness, in the name of Jesus.

3. O Lord, remember our land and redeem it.

4. O Lord, save our land from destruction and judgment.

5. Let Your healing power begin to operate upon our land, in Jesus' name.

6. Let all forces of darkness hindering the move of God in this nation, be rendered impotent, in the name of Jesus.

7. I command the spiritual strongman in charge of this country to be bound and be disgraced, in the name of Jesus.

8. Let every evil establishment and satanic tree in this country be uprooted and cast into fire, in the name of Jesus.

9. I come against every spirit of the anti-Christ working against this nation and I command them to be permanently frustrated, in the name of Jesus.

10. I command the stones of fire from God to fall upon every national satanic operation and activity, in Jesus' name.

11. Let the desires, plans, devices and expectations of the enemy for this country be completely frustrated, in Jesus' name.

12. Let every satanic curse on this nation fall down to the ground and die, in the name of Jesus.

13. By the blood of Jesus, let all sins, ungodliness, idolatry and vices cease in the land,

in the name of Jesus.

14. I break every evil covenant and dedication made upon our land, in the name of Jesus.

15. I plead the blood of Jesus over the nation, in Jesus' name.

16. I decree the will of God for this land, whether the devil likes it or not, in the name of Jesus.

17. Let all contrary powers and authorities in Nigeria be confounded and be put to shame, in the name of Jesus.

18. I close every satanic gate in every city of this country, in Jesus' name.

19. Let every evil throne in this country be dashed to pieces, in Jesus' name.

20. I bind all negative forces operating in the lives of the leaders of this country, in the name of Jesus.

21. O Lord, lay Your hands of fire and power upon all our leaders, in the name of Jesus.

22. I bind every blood-drinking demon in this country, in Jesus' name.

23. Let the Prince of Peace reign in every department of this nation, in the name of Jesus.

24. Let every anti-gospel spirit be frustrated and be rendered impotent, in the name of Jesus.

25. O Lord, give us leaders who will see their roles as a calling, instead of an opportunity to amass wealth.

26. Let all forms of ungodliness be destroyed by the divine fire of burning, in the name of Jesus.

27. O Lord, let our leaders be filled with divine understanding and wisdom.

28. O Lord, let our leaders follow the counsel of God and not of man and demons.

29. O Lord, let our leaders have wisdom and knowledge of God.

30. O Lord, let our government be the kind that would obtain Your direction and leading.

31. Let every satanic altar in this country receive the fire of God and be burned to ashes, in the name of Jesus.

32. I silence every satanic prophet, priest and practitioner, in the mighty name of Jesus. I forbid them from interfering with the affairs of this nation, in the name of Jesus.

33. Let the blood of Jesus cleanse our land from every blood pollution, in the name of Jesus.

34. I command the fire of God on all idols, sacrifices, rituals, shrines and local satanic thrones in this country, in Jesus' name.

35. I break any conscious and unconscious agreement made between the people of this

country and satan, in Jesus' name.

36. I dedicate and claim all our cities for Jesus, in Jesus' name.

37. Let the blessings and presence of the Lord be experienced in all our cities, in the name of Jesus.

38. I decree total paralysis on lawlessness, immorality and drug addiction in this country, in the name of Jesus.

39. Let the power, love and glory of God be established in our land, in the name of Jesus.

40. Let there be thirst and hunger for God in the hearts of Christians of this nation, in the name of Jesus.

41. O Lord, deposit the spirit of revival in Nigeria.

42. O Lord, lay Your hands of power and might upon the Armed Forces and the Police, all government establishments and institutions, all universities and colleges in this country.

43. Let the resurrection power of the Lord Jesus Christ fall upon our economy, in the name of Jesus.

44. Let there be fruitfulness and prosperity in every area of this country, in the name of Jesus.

45. I command every threat to the political, economic and social stability in the land to be paralysed, in the name of Jesus.

46. I frustrate every satanic external influence over our nation, in Jesus' name.

47. I command confusion and disagreement among the sons of the bondwoman planning to cage the nation, in Jesus' name.

48. I break any covenant between any satanic external influence and our leaders, in the name of Jesus.

49. I paralyse every spirit of wastage of economic resources in this country, in the name of Jesus.

50. Let the spirit of borrowing depart completely from this country, in the name of Jesus.

51. O Lord, show Yourself mighty in the affairs of this nation.

52. Let the Kingdom of Christ come into this nation, in Jesus' name.

53. O Lord, do new things in our country to show Your power and greatness to the heathen.

54. Let the Kingdom of our Lord Jesus Christ come into the heart of every person in this country, in the name of Jesus.

55. O Lord, have mercy upon this nation.

56. Let all the glory of this nation that has departed be restored, in Jesus' name.
57. Let all un-evangelized areas of this country be reached with the Gospel of our Lord Jesus Christ, in the name of Jesus.
58. O Lord, send forth labourers into Your vineyard to reach the unreached in this country.
59. I dismantle the stronghold of poverty in this nation, in the name of Jesus.
60. O Lord, install Your agenda for this nation.
61. Let every power of darkness operating in our educational institutions be disgraced, in the name of Jesus.
62. Let the satanic representatives of key posts in this country be dismantled, in the name of Jesus.
63. Let every evil spiritual throne behind all physical thrones in Nigeria be dismantled, in the name of Jesus.
64. Let every satanic covenant made on behalf of this country by anyone be nullified, in the name of Jesus.
65. I trample upon the serpents and scorpions, of ethnic clashes in this country, in the name of Jesus.
66. I decree a realignment of the situation around Christians, to favour them in this country, in the name of Jesus.
67. I dethrone every strange king installed in the spirit over this country, in the name of Jesus.
68. Let all principalities, powers, rulers of darkness and spiritual wickedness in heavenly places militating against this nation be bound and disgraced, in the name of Jesus.
69. Let righteousness reign in every part of this nation, in Jesus' name.
70. Praises.

SECTION I DAY I
(08-08-2016)

MY FATHER, POSITION ME FOR UNCOMMON ELEVATION

Scripture Reading: Daniel 3

Reading through the Bible in 70 Days (Day 1 - Genesis 1:1 - 18:20)

Confession: Nahum 1:7: The LORD is good, a strong hold in the day of trouble; and he knoweth them that trust in him.

Devotional Songs (Pages 11-14)

Praise Worship

Prayer of Praise and Thanksgiving (Pages 15 & 16)

1. I thank Thee, O Lord, for the many blessings of this life, in the name of Jesus.

2. I thank Thee, O Lord, for my health and for my strength, in the name of Jesus.

3. I thank You, O Lord, for all the wonderful joys I have received, in the name of Jesus.

4. I thank You, O Lord, for the opportunity to serve You, in the name of Jesus.

5. I render every aggressive altar impotent, in the name of Jesus.

6. Every evil priest ministering against me at the evil altar, receive the sword of God, in the name of Jesus.

7. Every generational curse of disease and infirmity in my life, break by the power in the blood of Jesus, in the name of Jesus.

8. Every generational covenant of sickness, in my life, break by the power in the blood of Jesus, in Jesus' name.

9. Every generational bondage of sickness in my life, break by the power in the blood of Jesus, in Jesus' name.

10. Every evil power, from my father's house, transferring sickness into my life, die, in the name of Jesus.

11. Every evil power, from my mother's house, transferring sickness into my life, die, in the name of Jesus.

12. Let God arise and let stubborn generational problems in my life die, in Jesus' name.

13. Every cycle of generational hardship, break, in the name of Jesus.

14. Every destiny vulture of my father's house, die, in the name of Jesus.

15. I fire back every witchcraft arrow, fired into my life as a baby, in the name of Jesus.

16. Fire of God, thunder of God, purse every generational pursuer, in Jesus' name.

17. Every evil power of my father's house that will not let me go, die, in Jesus' name.

18. Every evil generational power, designed to spoil my life, scatter, in Jesus' name.

19. I kill every inherited sickness in my life with the blood of Jesus, in the name of Jesus.

20. Every idol power of my father's house, die, in the name of Jesus.

21. Every evil power from my father's house using sickness to pursue me, die, in the name of Jesus.

SECTION I DAY 2
(09-08-2016)

MY FATHER, POSITION ME FOR UNCOMMON ELEVATION

Scripture Reading: Daniel 3

Reading through the Bible in 70 Days (Day 2 - Genesis 18:21 - 31:16)

Confession: Nahum 1:7: The LORD is good, a strong hold in the day of trouble; and he knoweth them that trust in him.

Devotional Songs (Pages 11-14)

Praise Worship

Prayer of Praise and Thanksgiving (Pages 15 & 16)

22. I thank Thee, O Lord, for the glorious beauty of this world that we live in, in the name of Jesus.

23. I thank You, O Lord, for helping me to remain in Your power, in the name of Jesus.

24. I thank You, O Lord, for You have broken the gates of brass and cut the bars of iron in sunder, in the name of Jesus.

25. I thank You, O Lord, because You have broken the bonds of sins and brought me to fellowship with You, in the name of Jesus.

26. Every destiny-paralysing power, fashioned against my destiny, fall down and die, in the name of Jesus.

27. Every architect of spiritual coffins, I command you to fall down and die, in the name of Jesus.

28. Every evil power from my mother's house using sickness to pursue me, die, in the name of Jesus.

29. Every idol of my father's house, loose your hold over my life, in the name of Jesus.

30. Every strongman of my father's house, die, in the name of Jesus.

31. I silence the evil cry of the evil powers of my father's house fashioned against me, in the name of Jesus.

32. Holy Ghost fire, burn down all spiritual shrines of my father's house, in Jesus' name.

33. Sickness agenda, of the evil powers of my father's house, die, in the name of Jesus.

34. Every evil power of my father's house, speaking against my health, scatter, in the name of Jesus.

35. I break all ancestral covenants with the evil powers of my father's house, in the name of Jesus.

36. Every tree, that God the Father has not planted into my life, die, in Jesus' name.

37. You consequences of satanic hands, that carried me as a baby expire, in the name of Jesus.

38. Placenta bondage, break by fire, in the name of Jesus.

39. My Father, walk back to my childhood days and purge every stage of my life, in the name of Jesus.

40. Satanic seeds in my foundation, die, in the name of Jesus.

41. Serpents and scorpions, planted by childhood polygamous witchcraft, die, in the name of Jesus.

42. Glory killers, entrenched in my foundation, die, in the name of Jesus.

SECTION I DAY 3 (10-08-2016)

MY FATHER, POSITION ME FOR UNCOMMON ELEVATION

Scripture Reading: Daniel 3

Reading through the Bible in 70 Days (Day 3 - Genesis 31:17 - 44:10)

Confession: Nahum 1:7: The LORD is good, a strong hold in the day of trouble; and he knoweth them that trust in him.

Devotional Songs (Pages 11-14)

Praise Worship

Prayer of Praise and Thanksgiving (Pages 15 & 16)

43. I thank You, O Lord, because You have overcome death and opened the gate of eternal life unto us, in the name of Jesus.

44. I thank Thee, O Lord, because Your word says: "Where two or three are gathered in Your name, You will be in their midst", in the name of Jesus.

45. I thank Thee, O Lord, because You live forever to make intercession for us, in the name of Jesus.

46. I thank You, O Lord, for the benefits of Your precious death and glorious resurrection, in the name of Jesus.

47. Every satanic consultation, concerning my life, be nullified, in the name of Jesus.

48. O God, arise and visit all shrines assigned against me with thunder and earthquake, in the name of Jesus.

49. Blood of Jesus, arise in Your cleansing power and wash my roots, in Jesus' name.

50. Every power of Herod, tracing my star, I bury you now, in the name of Jesus.

51. Yokes, buried in the foundation of my life, break, in the name of Jesus.

52. Any problem buried in my childhood to pollute my future, die, in the name of Jesus.

53. Foundational failure magnet, catch fire, in the name of Jesus.

54. Plantations of darkness, troubling my star, roast by fire, in the name of Jesus.

55. Anti-focus power, troubling my destiny, die, in the name of Jesus.

56. Power to interpret the language of my star, come upon me now, in Jesus' name.

57. Power to read the handwriting of my star in the heavenlies, fall upon me, in the name of Jesus.

58. Angels of the living God, possess my heavens, in the name of Jesus.

59. Angels of light, arise and occupy my dark night, in the name of Jesus.

60. Angels of the living God, arise, fight and recover my high places for me, in the name of Jesus.

61. Lord Jesus, walk back into my childhood and correct whatever is wrong with my foundation, in the name of Jesus.

62. Every satanic plantation in my childhood, be destroyed by the fire of the Holy Ghost, in the name of Jesus.

63. Every effect of any bad thing that I have swallowed or ate as a child, be nullified, in the name of Jesus.

SECTION I DAY 4 (11-08-2016)

MY FATHER, POSITION ME FOR UNCOMMON ELEVATION

Scripture Reading: Daniel 3

Reading through the Bible in 70 Days (Day 4 - Genesis 44:11 - 50:26; Exodus 1:1 - 10:2)

Confession: Nahum 1:7: The LORD is good, a strong hold in the day of trouble; and he knoweth them that trust in him.

Devotional Songs (Pages 11-14)

Praise Worship

Prayer of Praise and Thanksgiving (Pages 15 & 16)

64. I thank Thee, O Lord, for the beauty and strength of our land, in the name of Jesus.

65. I thank Thee, O Lord, for enabling us have the grace to serve You, in Jesus' name.

66. I thank Thee, O Lord, for all the blessings You have given us, in the name of Jesus.

67. I thank You, O Lord, because You have been my rock and my shield, in the name of Jesus.

68. All satanic altars erected against my destiny, be overthrown by fire, in Jesus' name.

69. O God, arise and set unquenchable fire upon every coven of darkness assigned against me, in Jesus' name.

70. Powers assigned to capture my star, lose your hold, in the name of Jesus.

71. Any seed of wickedness, planted in my childhood, Holy Ghost fire, dissolve it, in the name of Jesus.

72. Powers planted in my childhood to trouble my future, hear the word of the Lord: "The Lord will cause dryness to come upon you today", in the name of Jesus.

73. Powers, planted in my childhood to trouble my future, I dry up your roots, even as the Lord caused the fig tree to dry up, in the name of Jesus.

74. Powers, planted in my childhood to trouble my future, I knock down your gates, in the name of Jesus.

75. Evil river flowing from my childhood to trouble my future, I dry you up, even as Jordan was dried up, in the name of Jesus.

76. Every bitter water of sickness flowing in my family from the evil powers of my father's house, dry up, in the name of Jesus.

77. Any rope tying my family line to any evil power of my father's house, break, in the

name of Jesus.

78. Every landlord spirit, troubling my health, be paralysed, in the name of Jesus.

79. I recover my health stolen by the evil powers of my father's house, in Jesus' name.

80. Where is the God of Elijah? Arise, disgrace every evil inheritance of the power of my father's house, in the name of Jesus.

81. Every satanic priest ministering in my family line, be retrenched, in Jesus' name.

82. Arrows of sickness, originating from idolatry, lose your hold, in the name of Jesus.

83. Every influence of the evil powers of my father's house, over my life, die, in the name of Jesus.

84. Every network of the evil powers of my father's house in my place of birth, bringing sickness into my life, scatter, in the name of Jesus.

SECTION I DAY 5 (12-08-2016)

MY FATHER, POSITION ME FOR UNCOMMON ELEVATION

Scripture Reading: Daniel 3

Reading through the Bible in 70 Days (Day 5 - Exodus 10:3 - 25:29)

Confession: Nahum 1:7: The LORD is good, a strong hold in the day of trouble; and he knoweth them that trust in him.

Devotional Songs (Pages 11-14)

Praise Worship

Prayer of Praise and Thanksgiving (Pages 15 & 16)

85. Father, I thank You, for the gift of life, in the name of Jesus.

86. Father, I thank You for the mystery of creation, in the name of Jesus.

87. Father, I thank You for protecting me and making me to stand by Your power, in the name of Jesus.

88. I thank You, Lord for the grace to enjoy and experience Your presence, in the name of Jesus.

89. Power of God, intimidate and frustrate all diviners assigned against me, in the name of Jesus.

90. O God, pass through the camp of my enemies with affliction and drain their anointing of wickedness, in the name of Jesus.

91. Every satanic dedication speaking against me, be dismantled, by the power in the blood of Jesus.

92. Every unconscious evil internal altar, be roasted, in the name of Jesus.

93. You the voice of evil generational foundational powers of my father's house, you will never speak again, in the name of Jesus.

94. Every strongman assigned by the evil powers of my father's house against my life, die, in the name of Jesus.

95. Every satanic promissory note, issued on my behalf by my ancestors, catch fire, in the name of Jesus.

96. Garments of opposition, designed by the evil powers of my father's house, roast, in the name of Jesus.

97. Every satanic cloud of sickness upon my life, clear away, in the name of Jesus.

98. Thou power of strange gods, legislating against my health, scatter, in Jesus' name.

99. Every seed of generational sickness in my life, die, in the name of Jesus.

100. Power of God, uproot generational sickness from my life, in the name of Jesus.

101. Every harsh weather, confronting the fruits on my family tree, be arrested, in the name of Jesus.

102. Every flood of darkness, assigned to destroy my family tree, be disgraced, in the name of Jesus.

103. Every warehouse of darkness caging the blessings of my family line, hear the word of the Lord: "Release our blessings", in the name of Jesus.

104. Every evil cycle in my blood line troubling my Israel, die, in the name of Jesus.

105. The mistake of my parents will not become my tragedy, in the name of Jesus.

SECTION I DAY 6
(13-08-2016)

MY FATHER, POSITION ME FOR UNCOMMON ELEVATION

Scripture Reading: Daniel 3

Reading through the Bible in 70 Days (Day 6 - Exodus 25:30 - 39:5)

Confession: Nahum 1:7: The LORD is good, a strong hold in the day of trouble; and he knoweth them that trust in him.

Devotional Songs (Pages 11-14)

Praise Worship

Prayer of Praise and Thanksgiving (Pages 15 & 16)

106. Father, I thank You for Your promises which are yea and amen, in Jesus' name.

107. Father, I thank You because Your word is a lamp unto my feet and a light unto my path, in the name of Jesus.

108. Father, I thank You for Your blessings and favour upon my life, in Jesus' name.

109. Father, I thank You for sending me showers from heaven like the dew upon the dry ground, in the name of Jesus.

110. Every power assigned to wreck my destiny, your end has come, die, in the name of Jesus.

111. I de-programme and cancel all negative prophecies pronounced against me, in the name of Jesus.

112. You the iniquity of my father's house, you shall not steal from me, in the name of Jesus.

113. Whatsoever the enemy has set in motion against my family line, be reversed, in the name of Jesus.

114. Every ancestral covenant, strengthening suffering and sorrow in my family line, be broken, in the name of Jesus.

115. Any curse under which my family labours, be broken by the power in the blood of Jesus.

116. Lord Jesus, walk back into my foundation and carry out every reconstruction that will move my life forward.

117. Lord, walk back to previous generations in my family line and erase every satanic instruction the enemy is using to torment me, in the name of Jesus.

118. Every handwriting of the wicked programmed into my foundation through idol worship, be wiped off by the blood of Jesus, in the name of Jesus.

119. My Father, purge my blood line, in the name of Jesus.

120. What my father did not enjoy, I will enjoy it, in the name of Jesus.

121. O God, backdate the blessings of my ancestors and give them to me, in the name of Jesus.

122. I make a contrary declaration to the blessings of the enemy, in the name of Jesus.

123. O Lord, let my destiny be re-arranged to favour my life, in the name of Jesus.

124. I refuse to struggle for what my parents struggled for, in the name of Jesus.

125. Breakthrough miscarriage, die, in the name of Jesus.

126. Evil cycles, in my bloodline, die, in the name of Jesus.

SECTION I DAY 7 (14-08-2016)

MY FATHER, POSITION ME FOR UNCOMMON ELEVATION

Scripture Reading: Daniel 3

Reading through the Bible in 70 Days (Day 7 - Exod 39:6 - 40:38; Lev 1:1-14:3)

Confession: Nahum 1:7: The LORD is good, a strong hold in the day of trouble; and he knoweth them that trust in him.

Devotional Songs (Pages 11-14)

Praise Worship

Prayer of Praise and Thanksgiving (Pages 15 & 16)

127. Father, thank You, for the joy of holiness and for the touch of Your gentleness, in the name of Jesus.

128. Father, I thank You, for blessing me through Your promises by Your Spirit, in the name of Jesus.

129. Father, I thank You for the sweetness of Your nearness and for your merciful kindness, in the name of Jesus.

130. Father, thank You, for surrounding me with uncommon favours as a shield, in the name of Jesus.

131. O Lord, let the covens of witchcraft become desolate; let there be no one to dwell in them, in the name of Jesus.

132. I command the sun to smite my oppressors in the day and the moon and stars to smite them at night, in the name of Jesus.

133. Whatever my enemy has set in motion against me, I reverse them, in the name of Jesus.

134. Materials coming down to me, which the enemy has set in motion, be filtered through the Cross, in the name of Jesus.

135. Blood of Jesus, flow through my family history and wash away every ground of satanic attack against my destiny, in the name of Jesus.

136. My Father, I ask in repentance for the forgiveness of all my family sins, in the

name of Jesus.

137. My Father, send Your angels to bring each member of my family out of darkness into light, in the name of Jesus.

138. Thou dark power of my father's house, repeating sickness and oppression in my life, die, in the name of Jesus.

139. Fire of God, burn off every inherited sickness and affliction from the evil powers of my father's house, in the name of Jesus.

140. Environmental oppression of the evil powers of my father's house, scatter by fire, in the name of Jesus.

141. Every tongue of the evil powers of my father's house speaking sickness into my life, be silenced, in the name of Jesus.

142. Every attack from the womb against my health by the evil powers of my father's house, scatter, in the name of Jesus.

143. Every cycle of sickness and affliction of the evil powers of my father's house, be broken, in the name of Jesus.

144. Owners of evil loads of generational sickness, carry back your loads, in the name of Jesus.

145. Every generational arrester, be arrested, in the name of Jesus.

146. Every sickness planted in my foundation, scatter, in the name of Jesus.

147. Every serpent of sickness in my foundation, die, in the name of Jesus.

SECTION I DAY 8
(15-08-2016)

MY FATHER, POSITION ME FOR UNCOMMON ELEVATION

Scripture Reading: Daniel 3

Reading through the Bible in 70 Days (Day 8 - Leviticus 14:4 - 26:35)

Confession: Nahum 1:7: The LORD is good, a strong hold in the day of trouble; and he knoweth them that trust in him.

Devotional Songs (Pages 11-14)

Praise Worship

Prayer of Praise and Thanksgiving (Pages 15 & 16)

148. Father, thank You for giving me Your glory as Your adornment, in Jesus' name.

149. Father, thank You for giving me Your wisdom, in the name of Jesus.

150. Father, I thank You because Your mercy unto Your people is great, in the name of Jesus.

151. Father, we thank You for calling us to be Your people, in the name of Jesus.

152. You star in your courses, fight against my stubborn pursuers, in Jesus' name.

153. O God, arise, roar and prevail over my enemies, in the name of Jesus.

154. Every scorpion of sickness, in my foundation, die, in the name of Jesus.

155. Holy Ghost fire, burn down all spiritual shrines of my father's house, in the name of Jesus.

156. Every evil power of my family idol, what are you waiting for? Die, in Jesus' name.

157. Every wicked foundation, prepared for me by family idols, die, in Jesus' name.

158. I release myself, from the cage of family idols, in Jesus' name.

159. Blood of Jesus, break every blood connection between me and every family idol.

160. Powers, planted in my childhood to trouble my future, I break in pieces your gates of brass, in Jesus' name.

161. Powers, planted in my childhood to trouble my future, I cut asunder your bars of iron, in the name of Jesus.

162. Powers, planted in my childhood to trouble my future, I break down your walls, even as the wall of Jericho was broken down, in the name of Jesus.

163. Powers, planted in my childhood to trouble my future, I cut off your cords and cast them away, in Jesus' name.

164. Powers, planted in my childhood to trouble my future, I command you to bend your knee to Jesus, in Jesus' name.

165. Powers, planted in my childhood to trouble my future, I put a cord of fire around your neck, in the name of Jesus.

166. Powers, planted in my childhood to trouble my future, I put a thorn in your jaw, in the name of Jesus.

167. Powers, planted in my childhood to trouble my future, I dethrone you, in the name of Jesus.

168. Powers, planted in my childhood to trouble my future, I command you to sit in the dust, in the name of Jesus.

SECTION I DAY 9
(16-08-2016)

MY FATHER, POSITION ME FOR UNCOMMON ELEVATION

Scripture Reading: Daniel 3

Reading through the Bible in 70 Days (Day 9- Leviticus 26:36 - 27:34; Numbers 1:1 - 10:16)

Confession: Nahum 1:7: The LORD is good, a strong hold in the day of trouble; and he knoweth them that trust in him.

Devotional Songs (Pages 11-14)

Praise Worship

Prayer of Praise and Thanksgiving (Pages 15 & 16)

169. Father, we thank You for choosing us to give glory unto You, in Jesus' name.

170. Father, we thank You for cleansing our hearts and our lives with Your holy words, in the name of Jesus.

171. Father, we thank You for Your kindness and goodness to us, in the name of Jesus.

172. Father, we thank You for creating us in Your own image, in the name of Jesus.

173. O Lord, let the gathering of the wicked against me, be harvested for judgement, in the name of Jesus.

174. O God, arise and hang every Haman assigned against my life, in Jesus' name.

175. Family evil powers and supervising powers, in charge of my father's house, die, in the name of Jesus.

176. Foundational button pressed against my advancement, die, in the name of Jesus.

177. Every satanic odour, coming out of the closet of my family, be neutralised, in the name of Jesus.

178. Every curse, under which my family labours, be broken by the power in the blood of Jesus.

179. Every covenant, under which my family labours, be broken by the power in the blood of Jesus

180. Every power, altering the destiny of my family, be scattered, in Jesus' name.

181. Every affliction, in my family line, die, in the name of Jesus.

182. Every satanic investment in the heavenlies, expected to yield seasonal evil in my family, be crushed, in the name of Jesus.

183. My Father, lay a new foundation for my family line, in the name of Jesus.

184. Every power of the wicked avenger upon my family line, be destroyed, in the name of Jesus.

185. Blood of Jesus, neutralise any evil thing inherited from the blood of my parents, in the name of Jesus.

186. By the blood of Jesus, I deliver my family tree from serpents and scorpions, in the name of Jesus.

187. Every satanic termite, operating in my family tree, dry up and die, in Jesus' name.

188. Blood of Jesus and Holy Ghost fire, purge the foundation of every member of my family, in the name of Jesus.

189. Architects and builders of affliction, in my family line, scatter into desolation, in the name of Jesus.

SECTION I DAY 10
(17-08-2016)

MY FATHER, POSITION ME FOR UNCOMMON ELEVATION

Scripture Reading: Daniel 3

Reading through the Bible in 70 Days (Day 10 -
Numbers 10:17 - 24:3)

Confession: Nahum 1:7: The LORD is good, a strong hold in the day of trouble; and he knoweth them that trust in him.

Devotional Songs (Pages 11-14)

Praise Worship

Prayer of Praise and Thanksgiving (Pages 15 & 16)

190. Father, we thank You for Your love and guidance, in the name of Jesus.

191. Father, we thank You for our redemption through our Lord Jesus Christ, in the name of Jesus.

192. Father, we thank You because our lips are for Your praise and our hands for Your service, in the name of Jesus.

193. I wreck every spiritual ship carting away my benefits, in the name of Jesus.

194. O God, arise and lay waste all the operations of dark forces working against me, in the name of Jesus.

195. Any hand that wants to retaliate against me or arrest me because of all these prayers I am praying, dry up, in the name of Jesus.

196. Every negative power of like father like son or like mother like daughter, clear away by the power in the blood of Jesus.

197. In the name of Jesus, I destroy the power of every strongman assigned to trouble my blood line, in the name of Jesus.

198. Every agent of wickedness, in my bloodline, I bind and cast you out with all your roots, in the name of Jesus.

199. Every curse, evil covenant and enchantment militating against the star of my family, die, in the name of Jesus.

200. Every strongman behind each stubborn problem in my family line, die, in the name of Jesus.

201. Anything buried or planted in my family compound, that is reactivating ancient demons, catch fire, in the name of Jesus.

202. Any evil tree, planted anywhere that is speaking against my destiny, dry to your roots, in the name of Jesus.

203. Satanic panel, set up against my family line, be dissolved, in the name of Jesus.

204. Every satanic law, programmed against my elevation, be rendered null and void, in the name of Jesus.

205. Every ancestral law, programmed into the heavenlies against my elevation, be annulled, in the name of Jesus.

206. O God, arise and use every weapon at Your disposal, to disgrace the enemies of my elevation, in the name of Jesus.

207. All evil wishes and desires, programmed against my life, die, in Jesus' name.

208. All hereditary seals upon my destiny, I break and dissolve you, in Jesus' name.

209. All satanic vows against my destiny, die, in the name of Jesus.

210. All satanic sacrifices, offered against my destiny, die, in the name of Jesus.

SECTION CONFESSIONS

Every word, that goes out of my mouth, is the word of God, they will go forth to execute the purpose for which I send the Word, in the name of Jesus. As a workmanship of God, anointed with the oil of gladness, I am rich because Jesus has given me all things pertaining to life. This includes profitable living and fruitfulness in all that I do, in the name of Jesus. I am a partaker of all God's heavenly blessings because it is written that God has blessed all His children with all spiritual blessings in the heavenly places.

The Lord God will restore to me, the years that the locust, the cankerworm, and the caterpillar, and the palmerworm has eaten, in the name of Jesus. With the blood of Jesus, the Lord will flush my land and wash my palms and possessions, in the name of Jesus. The whole world, may decide to go wild with evil flowing like a flood. The enemy, in his evil machinations may decide against me. The earth may choose not to tremble; whatever may be or happen I refuse to be shaken, in the name of Jesus.

SECTION VIGIL
(To be done at night between the hours of 12 midnight and 2am)
HYMN FOR THE VIGIL (Page 14)

1. I break and loose myself from every inherited evil curse, in the name of Jesus.
2. Let any witchcraft curse working against me be revoked by the blood of Jesus.
3. I gather together every witchcraft curse issued against my life, and I send them back to the sender, in the name of Jesus.
4. I cut myself off from every tribal spirit and curses, in the name of Jesus.
5. I cut myself off from every territorial spirit and curses, in the name of Jesus.
6. Every spirit of Balaam, hired to curse me, fall after the order of Balaam, in the name of Jesus.
7. All evil curses, pronounced by satanic agents over my life, be cancelled by the blood of Jesus.
8. Every curse of untimely death, upon my life, break, by the blood of Jesus, in the name of Jesus.
9. I cut myself off from every territorial spirit and curses, in the name of Jesus.
10. Any witchcraft curse, working against me be revoked by the blood of Jesus.
11. I apply the blood of Jesus to break all curses.
12. I break and loose myself from every collective curse, in the name of Jesus.
13. I take authority over all curses issued against my life, in the name of Jesus.
14. Ask God to remove any curse He has placed on your life as a result of disobedience.
15. Any demon, attached to any curse, depart from me now, in the name of Jesus.
16. O Lord, let all curses issued against me be converted to blessings, in Jesus' name
17. Every curse of mental and physical sickness, I release myself from you, in the name of Jesus.
18. Every curse of failure and defeat, I release myself from you, in the name of Jesus.

19. Every curse of poverty, I release myself from you, in the name of Jesus.

20. Every curse of family break-up, I release my family and I from you, in Jesus' name.

21. Every curse of oppression, I release myself from you, in the name of Jesus.

SECTION 2 DAY I
(18-08-2016)

CRUSHING SATANIC EMBARGO

Scripture Reading: Mark 10

Reading through the Bible in 70 Days (Day 11 -Numbers 24:4 - 36:13; Deuteronomy 1:1 - 1:2)

Confession: Rom 8:31 What shall we then say to these things? If God be for us, who can be against us?

Devotional Songs (Pages 11-14)

Praise Worship

Prayer of Praise and Thanksgiving (Pages 15 & 16)

1. My Father, move upon the waters of my life, in the name of Jesus.

2. Thou power of God, arise, accelerate my testimony, in the name of Jesus.

3. Satanic battles, assigned to rubbish my name, die, in the name of Jesus.

4. Evil will not build in me, in the name of Jesus.

5. I recover my steps from witchcraft diversion, in the name of Jesus.

6. God the Holy Ghost, arise and let all my enemies be scattered, in the name of Jesus.

7. O Lord, connect me to Your power, signs and wonders, in the name of Jesus.

8. My Father, make me a mysterious wonder, in the name of Jesus.

9. I plug myself into Your resurrection power, in the name of Jesus.

10. O God of signs and wonders, arise by Your power, pursue my pursers, in the name of Jesus.

11. My Father, advertise Your glory in my life, in the name of Jesus.

12. O God of Elijah, arise, answer by fire, in the name of Jesus.

13. By Your wonder-working power, O Lord, locate me, in the name of Jesus.

14. Any charm, targeted at me, I render you powerless, in the name of Jesus.

15. Every strange power, assigned against me, I reduce you to nothing, in Jesus' name.

16. Defeat, I defeat you. Enough is enough. I must possess my possession, in the name of Jesus.

17. Every power troubling my dreams, my God shall trouble you today, in Jesus' name.

18. I mock every problem that mocks me, in the name of Jesus.

19. Anointing to disgrace my problems, fall on me, in the name of Jesus.

20. Every curse, hanging on my family tree, be broken, in the name of Jesus.

21. Every negative supernatural power, pursing my life, die, in the name of Jesus.

CRUSHING SATANIC EMBARGO

SECTION 2 DAY 2
(19-08-2016)

Scripture Reading: Mark 10

Reading through the Bible in 70 Days (Day 12 -Deuteronomy 1:3 - 15:20)

Confession: Rom 8:31 What shall we then say to these things? If God be for us, who can be against us?

Devotional Songs (Pages 11-14)

Praise Worship

Prayer of Praise and Thanksgiving (Pages 15 & 16)

22. O Lion of Judah, arise, convert my oppression to dominion, in the name of Jesus.

23. Bondage of circular problems, break, in the name of Jesus.

24. O God, arise and confound my enemies, in the name of Jesus.

25. O God of Elijah, arise and cancel all my afflictions, in the name of Jesus.

26. O God, arise by the thunder of Your power and let my story change, in Jesus' name.

27. O God, arise in Your yoke-breaking power and break my yokes, in Jesus' name.

28. O God of Abraham, arise and mesmerize my enemies, in the name of Jesus.

29. O God of Isaac, arise and multiply my laughter, in the name of Jesus.

30. O God of Israel, arise and promote me by fire, in the name of Jesus.

31. By Your binding powers, O God, arise and bind my tormentors, in Jesus' name.

32. By Your power of possibilities, O God, arise and manifest in my life, in Jesus' name.

33. My Father, my Father, my Father, arise and let the world know that You are my God, in the name of Jesus.

34. My Father, let Your anger arise and pursue my pursuers, in the name of Jesus.

35. O arm of the Lord, arise and bulldoze my way to breakthroughs, in Jesus' name.

36. Powers, ordained by heaven to make me great, arise and manifest, in Jesus' name.

37. O God, release Your wrath upon every power of witchcraft troubling my destiny,

in the name of Jesus.

38. O God, arise, visit Your fury on agents of affliction troubling my star, in the name of Jesus.

39. O God, arise and uproot them out of their land in Your anger, in the name of Jesus.

40. Candle of the wicked, I put you out. Quench, in the name of Jesus.

41. All information stored in any cauldron against me, catch fire, in the name of Jesus.

42. O axe of God, cut down every witchcraft tree battling my life, in the name of Jesus.

SECTION 2 DAY 3
(20-08-2016)

CRUSHING SATANIC EMBARGO

Scripture Reading: Mark 10

Reading through the Bible in 70 Days (Day 13 - Deut. 15:21- 32:26)

Confession: Rom 8:31 What shall we then say to these things? If God be for us, who can be against us?

Devotional Songs (Pages 11-14)

Praise Worship

Prayer of Praise and Thanksgiving (Pages 15 & 16)

43. I release panic and havoc upon any gathering summoned to disgrace me, in the name of Jesus.

44. I release confusion and backwardness upon every satanic programmer attacking my star, in the name of Jesus.

45. Every cage formed to imprison my star, I smash you, in the name of Jesus.

46. I release the plagues of Egypt, upon every coven threatening my existence, in the name of Jesus.

47. Thou that exalted thyself as an eagle against me, I knock you down, in Jesus' name.

48. Every ancestral debt collected, be delivered, in the name of Jesus.

49. Every locker and warehouse holding my blessings of wealth, catch fire, in the name of Jesus.

50. Invisible wall, stagnating my destiny, scatter, in the name of Jesus.

51. Invisible barriers, stagnating my goods, scatter, in the name of Jesus.

52. Invisible barricade, stagnating my potential, scatter, in the name of Jesus.

53. Every trap of unending evil circles, catch your owner, in the name of Jesus.

54. Snare of right place at the wrong time, break by fire, in the name of Jesus.

55. Snare of being one day late, one naira short, break, in the name of Jesus.

56. Snare of too little, too late, break, in the name of Jesus.

57. Prayer of Jabez to provoke my enlargement, manifest in my life, in Jesus' name.

58. Evil contracts, signed by my ancestors in the heavelies, tear to pieces, in Jesus' name.

59. Every evil dog, assigned to lead me astray, die, in the name of Jesus.

60. Be thou removed, O mountain of poverty in my path, in the name of Jesus.

61. I lay every mountain of problems to waste, in the name of Jesus.

62. Evil mountains in my life, be wasted, in the name of Jesus.

63. Every enemy that has swallowed my finances, vomit them, in the name of Jesus.

SECTION 2 DAY 4 (21-08-2016)

CRUSHING SATANIC EMBARGO

Scripture Reading: Mark 10

Reading through the Bible in 70 Days (Day 14 -Deut 32:27 - 34:12; Joshua 1:1 - 15:27)

Confession: Rom 8:31 What shall we then say to these things? If God be for us, who can be against us?

Devotional Songs (Pages 11-14)

Praise Worship

Prayer of Praise and Thanksgiving (Pages 15 & 16)

64. I claim sudden increase and dramatic advancement, in the name of Jesus.

65. I leap over my enemies, by the power in the blood of Jesus.

66. Angels of poverty, clear away from the gate of my breakthroughs, in Jesus' name.

67. Wealth-magnetizing power, come upon me, in the name of Jesus.

68. O God, arise and make Your power manifest on earth, in the name of Jesus.

69. Every strange garment, on my spiritual body, catch fire, in the name of Jesus.

70. Altar of Baal in my life, die, in the name of Jesus.

71. I release myself out of the stomach of every evil spirit, in the name of Jesus.

72. O Lord, bring me out of the shadow of death, in the name of Jesus.

73. Every kidnapping power, die, in the name of Jesus.

74. Mystery of any dust against me, scatter, in the name of Jesus.

75. No wizard in my business shall prosper again, in the name of Jesus.

76. O Lord, let there be great causalities among witches and wizards, in Jesus' name.

77. I declare causalities against witches and wizards, in the name of Jesus.

78. Fire of God, carry your anger to my oppressors, in the name of Jesus.

79. Devourers, that will pursue my enemy, arise, pursue them, in the name of Jesus.

80. Angels of God, gather your arrows and attack my problems, in the name of Jesus.

81. Storms of God, gather against my problems and blow them away, in Jesus' name.

82. Power of God, gather your thunder against my problems and destroy them, in the name of Jesus.

83. O Lord, strengthen me with Your power, in the name of Jesus.

84. I pluck witchcraft out of my environment, in the name of Jesus.

SECTION 2 DAY 5
(22-08-2016)

CRUSHING SATANIC EMBARGO

Scripture Reading: Mark 10

Reading through the Bible in 70 Days (Day 15 -Joshua 15:28 - 24:33; Judges 1:1 - 6:20 Day 14 -Deuteronomy 32:27 - 34:12; Joshua 1:1 - 15:27)

Confession: Rom 8:31 What shall we then say to these things? If God be for us, who can be against us?

Devotional Songs (Pages 11-14)

Praise Worship

Prayer of Praise and Thanksgiving (Pages 15 & 16)

85. Every struggle, designed to put me to shame, die, in the name of Jesus.

86. O day, arise, release my glory. O night, arise and destroy my tormentors, in the name of Jesus.

87. Any power, that is sleeping to harm me, you shall not wake up, in Jesus 'name.

88. O Lord, let the wealth of my enemies be transferred to me, in the name of Jesus.

89. He, that speaketh against me shall not prosper, in the name of Jesus.

90. Intimidation of the spirit world, break, in the name of Jesus.

91. I wipe out infirmity from my life, in the name of Jesus.

92. I off load every burden of darkness from me, in the name of Jesus.

93. I destroy every cauldron speaking against me, in the name of Jesus.

94. O Lord, let God arise and let every altar of darkness scatter, in the name of Jesus.

95. Angels of God, arise, arrest the evil of my ancestors, in the name of Jesus.

96. O day of the Lord, arise judge my enemies, in the name of Jesus.

97. I condemn every situation rising against me, in the name of Jesus.

98. I cancel every witchcraft judgement issued against me, in the name of Jesus.

99. Every wicked weapon, fashioned against my life, backfire against the enemy, in the name of Jesus.

100. Today, I demand a sevenfold restitution from satan, in the name of Jesus.

101. Every power holding vigil against my progress, fall down and die, in Jesus' name.

102. My Lazarus, come back to life, in the name of Jesus.

103. I hide behind the cross of Calvary and fire back evil arrows, in the name of Jesus.

104. Every power making it difficult for me to obtain favour, vanish, in Jesus' name.

105. O Lord, recognise my presence and do not pass me by, in the name of Jesus.

SECTION 2 DAY 6
(23-08-2016)

CRUSHING SATANIC EMBARGO

Scripture Reading: Mark 10

Reading through the Bible in 70 Days (Day 16 - Judges 6:21 - 21:17)

Confession: Rom 8:31 What shall we then say to these things? If God be for us, who can be against us?

Devotional Songs (Pages 11-14)

Praise Worship

Prayer of Praise and Thanksgiving (Pages 15 & 16)

106. In the presence of those asking: where is my God?" Arise, O God, and manifest Your power, in the name of Jesus.

107. Every demon working in the mind of my helpers to oppose me, be roasted, in the name of Jesus.

108. I refuse to fish in a barren sea, in the name of Jesus.

109. Every chain limiting my life, break, in the name of Jesus.

110. Lord, brood over me by Your Spirit, in the name of Jesus.

111. O Lord, raise the altar of prosperity in my life, in the name of Jesus.

112. My breakthroughs, come out of every satanic holiday, in the name of Jesus.

113. Every stubborn diviner working against my life, receive madness, in Jesus' name.

114. I break every curse of Cain, in the name of Jesus.

115. O Lord, release Your warrior angels to scatter the camp of my enemies, in the name of Jesus.

116. O Lord, let my life be released from every padlock, in the name of Jesus.

117. Every wall of satan erected against my life, be broken, in the name of Jesus.

118. O God, arise and let my head be lifted up, in the name of Jesus.

119. The labour of my life shall prosper, in the name of Jesus.

120. Every labour of the enemy against my life, receive double failure, in Jesus' name.

121. Every war waged against my staff of bread, receive double disgrace, in the name of Jesus.

122. Satanic hunter of my career, receive double frustration, in the name of Jesus.

123. Any power, withholding the key of my elevation, release it, fall down and die, in the name of Jesus.

124. Every bondage to death in the graveyard of life, be shattered, in Jesus' name.

125. Every chain, fabricated through sorcery, be scattered, in the name of Jesus.

126. O God, turn my shame to praise, in the name of Jesus.

SECTION 2 DAY 7
(24-08-2016)

CRUSHING SATANIC EMBARGO

Scripture Reading: Mark 10

Reading through the Bible in 70 Days (Day 17 - Jud 21:18-21:25;Ruth 1:1-4:22;1Sam 1:1-15:4)

Confession: Rom 8:31 What shall we then say to these things? If God be for us, who can be against us?

Devotional Songs (Pages 11-14)

Praise Worship

Prayer of Praise and Thanksgiving (Pages 15 & 16)

127. Every maggot in my destiny, fall down and die, in the name of Jesus.

128. O Lord, let divine purpose settle in my life, in the name of Jesus.

129. My calling will not be put to shame, in the name of Jesus.

130. My life will not disgrace Jesus, in the name of Jesus.

131. My name shall not disappear from the book of life, in the name of Jesus.

132. Every covenant of sorrow, be broken, in the name of Jesus.

133. My mighty man will not fall, in the name of Jesus.

134. My joy will not die; my glory will not sink, in the name of Jesus.

135. Anything planted in my life, to destroy my divine destiny, come out with all your roots, in the name of Jesus.

136. All wasters and emptiers, clear out of my way, in the name of Jesus.

137. Every inherited destiny killer, come out with all your roots, in the name of Jesus.

138. O Lord, let my life be aligned with my divine blueprint, in the name of Jesus.

139. I capture all my floating blessings by fire, in the name of Jesus.

140. I disband the gathering of my tormentors, in the name of Jesus.

141. I prophesy on my destiny to move forward, in the name of Jesus.

142. I prophesy on my fallen breakthroughs to rise again, in the name of Jesus.

143. As God caused bones to come together, bone to his bone in the valley of dry bones, let my previously dislocated destiny be joined together, in Jesus' name.

144. O Lord, let full life and restoration come into my destiny, in the name of Jesus.

145. O Lord, let my destiny bounce back to life, in the name of Jesus.

146. Poison in my body, die, in the name of Jesus.

147. Any curse, affecting my brain, die, in the name of Jesus.

CRUSHING SATANIC EMBARGO

SECTION 2 DAY 8
(25-08-2016)

Scripture Reading: Mark 10

Reading through the Bible in 70 Days (Day 18 -1Samuel 15:5-30:31)

Confession: Rom 8:31 What shall we then say to these things? If God be for us, who can be against us?

Devotional Songs (Pages 11-14)

Praise Worship

Prayer of Praise and Thanksgiving (Pages 15 & 16)

148. Power of God, find the dragon in my life and kill it, in the name of Jesus.

149. Fire of affliction, die and rise no more, in the name of Jesus.

150. Every garment of reproach, catch fire, in the name of Jesus.

151. Where is the Lord God of Elijah? Take me from mockery to honour, in the name

of Jesus.

152. Fingers of God, arise and re-write my family history, in the name of Jesus.

153. Expectations of my enemy, perish by fire, in the name of Jesus.

154. My Father, baptise me with uncommon mercy, in the name of Jesus.

155. O heavens, lift up your sword and slay all spirit husbands/wives troubling my life, in the name of Jesus.

156. Every dark document caging my life, catch fire, in the name of Jesus.

157. Blood of Jesus, purify my environment, in the name of Jesus.

158. Anger of God, judgement of God, visit every coven assigned against me, in the name of Jesus.

159. Blood of Jesus, silence every satanic noise speaking against my life, in the name of Jesus.

160. O land, eat up all satanic materials burnt against me, in the name of Jesus.

161. Earthquakes of the Lord, uproot any satanic altar assigned against me, in the name of Jesus.

162. Altars of affliction, I render you desolate. Die, in the name of Jesus.

163. Altars of demotion, be broken to pieces, in the name of Jesus.

164. O wind of God, blow and uproot every satanic deposit, in the name of Jesus.

165. Fire of God, burn every plantation of darkness in my life to ashes, in Jesus' name.

166. I separate my life and destiny from placenta bondage, in the name of Jesus.

167. Any problem in my life caused by using my hair, die, in the name of Jesus.

168. Any problem in my life caused by placental manipulation, die, in Jesus' name.

SECTION 2 DAY 9
(26-08-2016)

CRUSHING SATANIC EMBARGO

Scripture Reading: Mark 10

Reading through the Bible in 70 Days (Day 19 -1Samuel 31:1-31:13; 2 Samuel 1:1-17:5)

Confession: Rom 8:31 What shall we then say to these things? If God be for us, who can be against us?

Devotional Songs (Pages 11-14)

Praise Worship

Prayer of Praise and Thanksgiving (Pages 15 & 16)

169. Monitoring eyes of the enemy, receive hot arrows of fire, in the name of Jesus.

170. Dark powers supervising my problems, die, in the name of Jesus.

171. Every decree of darkness, against me, backfire, in the name of Jesus.

172. All demoting and limiting decrees, issued by any person living or dead, expire, in the name of Jesus.

173. Every evil gathering against me, O God, arise and scatter it by Your whirlwind and fire, in the name of Jesus.

174. Blood of Jesus, arise and wipe off every conscious and unconscious mark on my body, in the name of Jesus.

175. By fire, by fire, by thunder, I release my blessings from any witchcraft coven, in the name of Jesus.

176. O Lord, release from my mind, any image of jealous, lustful and evil intentions, in the name of Jesus.

177. I stand against all forces causing confusion in me, in the name of Jesus.

178. Lord, order my inner life so that I can hear You, in the name of Jesus.

179. O Lord, let me see what You see in me, in the name of Jesus.

180. I ask You, Lord, to make me uncomfortable till I get on the right track, in the name of Jesus.

181. O Lord, wash my brain with Your blood and remove bad habits which are physically engraved there, in the name of Jesus.

182. Lord, heal any hormonal imbalance or other evil secretions in my body, in the name of Jesus.

183. O Lord, heal in me whatever needs to be healed, in the name of Jesus.

184. O Lord, transform in me whatever needs to be transformed, in Jesus' name.

185. O Lord, let Your healing power take firm root within me, in the name of Jesus.

186. I take as my weapon the two-edged sword of the Spirit and I cut down the powers of (pick from below) _ _ _, in the name of Jesus.

   a. Witches   b. Wizards   c. Spirit husbands/wives

   d. Spirit children   e.   Spiritual properties   f. Familiar spirit

   g. Ancestral /familiar spirits   h.   Mermaid spirits

   I.   Evil manipulations   j. Evil monitors

k. Evil arrows   l. Evil decisions

187. I nullify every satanic embarrassment, in the name of Jesus.

188. My Father, add more fire to the fire in my life, in the name of Jesus.

189. O Lord, raise sevenfold standards against my enemies, in the name of Jesus.

CRUSHING SATANIC EMBARGO

SECTION 2 DAY 10
(27-08-2016)

Scripture Reading: Mark 10

Reading through the Bible in 70 Days (Day 20 - 2Samuel 17:6-24:25; 1 Kings 1:1-6:3)

Confession: Rom 8:31 What shall we then say to these things? If God be for us, who can be against us?

Devotional Songs (Pages 11-14)

Praise Worship

Prayer of Praise and Thanksgiving (Pages 15 & 16)

190. Father Lord, use me as Your battle axe, in the name of Jesus.

191. O Lord, let the angels of war be released on my behalf, in the name of Jesus.

192. O Lord, replace in me whatever needs to be replaced, in the name of Jesus.

193. Thunder of God, destroy the powers of darkness in the air, land and sea assigned against my life, in the name of Jesus.

194. I bind all anti-deliverance demons, in the name of Jesus.

195. I bind all anti-miracle demons, in the name of Jesus.

196. I use the blood of Jesus to destroy every satanic cage assigned to cage my potential, in the name of Jesus.

197. I use the blood of Jesus to destroy every satanic chain assigned to block my progress, in the name of Jesus.

198. Every satanic instruction against me, be neutralized, in the name of Jesus.

199. I use the blood of Jesus to destroy the web of satan assigned against my life, in the name of Jesus.

200. I disconnect any satanic linkage to anyone dead or alive, in the name of Jesus.

201. Every spiritual equipment, set against me, be broken into pieces, in Jesus' name.

202. Spiritual mirrors, used against me, be dashed to pieces, in Jesus' name.

203. Terrestrial and celestial spirits, working against me, be paralysed, in Jesus' name

204. I destroy every protective covering of the enemy, in the name of Jesus.

205. I cancel every careless word I have spoken and which satan is using against me, in the name of Jesus.

206. I destroy any satanic attachment to my properties, in the name of Jesus.

207. I destroy my _ _ _ (pick from below) in the evil world, in the name of Jesus.

    a. Image   b. Pictures   c. Clothes   d. Money   e. Name

    f. Any part of my body   g. Finger nails

208. I come against all the curses issued against my future and progress, in the name of Jesus.

209. I separate myself from all evil rivers, idols, streams and shrines located in my place of birth, in the name of Jesus.

210. O Lord, let all agents banking my blessings release them, in the name of Jesus.

SECTION CONFESSIONS

God is with me as He is for me; I have no reason to fear, in the name of Jesus. Whatever I shall think of, and proceed to lay my hand upon, shall prosper, in the name of Jesus. The angels have been ordered by God, to take charge of me in all my ways and I receive them, they go ahead of me wherever I go, and in whatever I do; they go forth, and make all the crooked ways straight for me, in the name of Jesus.

I can do and possess all things, through Christ who strengthens me. And my God shall supply all my needs, according to His riches in glory by Christ Jesus. I am the manifestation, the product and the result of God's word. God has spoken into my life and I have become the manifest presence of Jehovah God on earth. I expressly manifest everything, the word of God says I am. I am filled with the word of life. Because the Lord disappointeth the devices of the crafty, so that their hands cannot perform their enterprise. Every work of the strong, the wicked, the evil and the enemy against my life, shall not prosper, in the name of Jesus.

SECTION VIGIL

(To be done at night between the hours of 12 midnight and 2am)
HYMN FOR THE VIGIL (Page 14)

1. Every curse of bad reputation, I release myself from you, in the name of Jesus.

2. Every curse of personal destruction or suicide, I release myself from you, in the name of Jesus.

3. Every curse of chronic sickness, I release myself from you, in the name of Jesus.

4. Every curse of witchcraft, I release myself from you, in the name of Jesus.

5. Every curse of corruption of the reproductive organ, I release myself from you, in Jesus' name.

6. Every curse of family strife, I release myself from you, in the name of Jesus.

7. Every curse of profitless hard work, I release myself from you, in the name of Jesus.

8. Every curse of evil dedication, I release myself from you, in the name of Jesus.

9. Every curse of sickness and infirmity, I release myself from you, in Jesus' name.

10. I release myself from every covenanted-curse, in Jesus' name.

11. I release myself from every curse attached to evil covenants, in the name of Jesus.

12. I release myself from the grip of curse-covenant breakers, in the name of Jesus.

13. Any curse, strengthening the enemy of my destiny, die by the blood of Jesus.

14. I release myself from self-imposed curses, in the name of Jesus.

15. I break every curse of the vagabond upon my life, in the mighty name of Jesus.

16. Any curse, operating on my life, preventing my moving forward, break, in the name of Jesus.

17. Every curse and covenant of impossibility over my life, break, in the name of Jesus.

18. Every curse of stagnation, break, in the name of Jesus.

19. I break and loose myself, in the name of Jesus, from any anti-marriage curse issued upon my family.

20. All curses and demons programmed against me, I neutralise you with the blood of Jesus.

21. Every curse and spell, from satanic priests and prophets, fashioned against my life, go back to your senders, in the name of Jesus.

SECTION 3 DAY I
(28-08-2016)

EVIL HANDS POINTING AT ME, WITHER

Scripture Reading: 1 Kings 13

Reading through the Bible in 70 Days (Day 21 - 1Kings 6:4-18:3)Reading through the Bible in 70 Days (Day 22 -1Kings 18:4-22:53; 2 Kings 1:1-9:33)

Confession: Psa 46:1 God is our refuge and strength, a very present help in trouble.

Devotional Songs (Pages 11-14)

Praise Worship

Prayer of Praise and Thanksgiving (Pages 15 & 16)

1. I destroy all the evil peace, evil agreement, evil unit, evil love, evil happiness, evil understanding, evil communication, evil gathering, against my life, in Jesus' name.

2. Every dark power, assigned against my blessings, die, in the name of Jesus.

3. O Lord, let the powers of my oppressors rise up against one another, in the name of Jesus.

4. O Lord, let my affairs become too hot for the enemy to handle, in Jesus' name.

5. I retrieve my blessings from the camp of evil confiscators, in the name of Jesus.

6. I vomit every satanic poison, in the name of Jesus.

7. You my promotion, manifest powerfully, in the name of Jesus.

8. I disband all evil hosts gathered against me, in the name of Jesus.

9. O Lord, let all anti-testimony forces scatter, in the name of Jesus.

10. O Lord, let the joy of the enemy upon my life be turned to sorrow, in Jesus' name.

11. I paralyse every pocket with holes, in the name of Jesus.

12. O Lord, let Your power, Your glory and Your kingdom come upon my life, in the name of Jesus.

13. O Lord, let all drinkers of blood and eaters of flesh eat their own flesh and drink their own blood, in the name of Jesus.

14. I reject temporary freedom, in the name of Jesus.

15. I reject partial freedom, in the name of Jesus.

16. I claim total victory and freedom, in the name of Jesus.

17. I break the power of any demonic spell issued against my life, in the name of Jesus.

18. O Lord, let all bitter waters flow out of my handwork, in the name of Jesus.

19. I paralyse problem expanders, in the name of Jesus.

20. Miracle delayers, die, in the name of Jesus.

21. Marriage destroyers, die, in the name of Jesus.

SECTION 3 DAY 2 (29-08-2016)

EVIL HANDS POINTING AT ME, WITHER

Scripture Reading: 1 Kings 13

Reading through the Bible in 70 Days (Day 22 -1Kings 18:4-22:53; 2 Kings 1:1-9:33)

Confession: Psa 46:1 God is our refuge and strength, a very present help in trouble.

Devotional Songs (Pages 11-14)

Praise Worship

Prayer of Praise and Thanksgiving (Pages 15 & 16)

22. Anti-miracle agents, be paralysed, in the name of Jesus.

23. O Lord, make me a channel of blessings, in the name of Jesus.

24. O Lord, let my hands be stronger than all opposing hands, in the name of Jesus.

25. O Lord, let every stone of hindrance, be rolled out of my way, in the name of Jesus.

26. O Lord, let my tongue become an instrument of Your glory, in the name of Jesus.

27. O Lord, let my hands become an instrument of divine prosperity, in Jesus' name.

28. O Lord, let my eyes become an instrument of divine revelation, in Jesus' name.

29. O Lord, let my ears become an instrument of divine information, in Jesus' name.

30. O Lord, let the anointing of the overcomer fall upon my life, in the name of Jesus.

31. I withdraw my name from the list of untimely deaths, in the name of Jesus.

32. O Lord, let every evil consumption be flushed out of my system, in Jesus' name.

33. Agents of wickedness, lose your hold over my life and be paralysed, in Jesus' name.

34. Agents of discouragement, lose your hold over my life and be paralyzed, in the name of Jesus.

35. Agents of frustration, lose your hold over my life and be paralyzed, in Jesus' name.

36. Agents of poverty, lose your hold over my life and be paralyzed, in Jesus' name.

37. Agents of debt, lose your hold over my life and be paralyzed, in the name of Jesus.

38. Agents of spiritual rags, lose your hold over my life and be paralyzed, in the name of Jesus.

39. Agents of defeat, lose your hold over my life and be paralyzed, in Jesus' name.

40. Agents of infirmity, lose your hold over my life and be paralyzed, in Jesus' name.

41. Agents of demotion, lose your hold over my life and be paralyzed, in Jesus' name.

42. Agents of demonic delays, lose your hold over my life and be paralyzed, in the name of Jesus.

SECTION 3 DAY 3
(30-08-2016)

EVIL HANDS POINTING AT ME, WITHER

Scripture Reading: 1 Kings 13

Reading through the Bible in 70 Days (Day 23 - 2Kings 9:34-25:11)

Confession: Psa 46:1 God is our refuge and strength, a very present help in trouble.

Devotional Songs (Pages 11-14)

Praise Worship

Prayer of Praise and Thanksgiving (Pages 15 & 16)

43. Agents of confusion, lose your hold over my life and be paralyzed, in Jesus' name.

44. Agents of backwardness, lose your hold over my life and be paralyzed, in the name of Jesus.

45. O Lord, let all wicked oppressors stumble, fall down and die, in the name of Jesus.

46. O God, break the teeth of the ungodly gathered against me, in the name of Jesus.

47. O Lord, let all the instruments of failure be roasted, in the name of Jesus.

48. O Lord, let all satanic weapons of attack be destroyed, in the name of Jesus.

49. Satanic computers, be destroyed, in the name of Jesus.

50. Satanic records, be destroyed, in the name of Jesus.

51. Satanic satellites and cameras, be destroyed, in the name of Jesus.

52. Satanic remote control equipment, be destroyed, in the name of Jesus.

53. Satanic labels and marks, be destroyed, in the name of Jesus.

54. Invincible hands, troubling my life, God of Elijah, arise by fire, roast them, in the name of Jesus.

55. Every power sitting on my destiny, O God, arise and punish it, in the name of Jesus.

56. Power, hampering my destiny, fire from heaven, destroy them, in Jesus' name.

57. Thrones of darkness legislating against me, scatter, in the name of Jesus.

58. Every stone, placed on my progress, scatter, in the name of Jesus.

59. Every witchcraft installation, assigned to stop me, I stop you before you stop me,

in the name of Jesus.

60. Every sorcerer, in my place of work, I turn the battle against you, in Jesus' name.

61. O Lord, let my prayer become earthquake and storms in the camp of my enemies, in the name of Jesus.

62. I break every intimidation of the wicked, in the name of Jesus.

63. I wipe out the relevance of my enemy, in the name of Jesus.

EVIL HANDS POINTING AT ME, WITHER

SECTION 3 DAY 4 (31-08-2016)

Scripture Reading: 1 Kings 13

Reading through the Bible in 70 Days (Day 24 - 2Kings 25:12-25:30; 1 Chronicles 1:1-11:4)

Confession: Psa 46:1 God is our refuge and strength, a very present help in trouble.

Devotional Songs (Pages 11-14)

Praise Worship

Prayer of Praise and Thanksgiving (Pages 15 & 16)

64. O Lord, let my street turn against the oppressor, in the name of Jesus.

65. Any power, keeping any poison alive in my body, die, in the name of Jesus.

66. Any power, programming death against my destiny, die, in the name of Jesus.

67. All graves dug for me, scatter, in the name of Jesus.

68. Powers, prolonging my problems, die, in the name of Jesus.

69. Powers of reproach, die, in the name of Jesus.

70. Fire of affliction, die to rise no more, in the name of Jesus.

71. Gates of death, reject me, in the name of Jesus.

72. Every strange thing in my body, come out, in the name of Jesus.

73. I prophesy over my life, (mention your name): wake up, in the name of Jesus.

74. Satanic mafia, working against my prosperity, I bury you now, in the name of Jesus.

75. The devil will not bury me, in the name of Jesus.

76. Foundations of witchcraft, in my family, die, in the name of Jesus.

77. Spiritual funeral procession, organized against me, scatter, in the name of Jesus.

78. Every enchantment, assigned against me, die, in the name of Jesus.

79. Every problem designed to destroy my destiny, die, in the name of Jesus.

80. Violently, forcefully, I take back everything the enemy has stolen from me, in the name of Jesus.

81. Every power, mocking God in my life, die, in the name of Jesus.

82. Every power, challenging God in my life, die, in the name of Jesus.

83. Goliath, you will not survive your boast, die, in the name of Jesus.

84. Sorcery of stagnancy, break, in the name of Jesus.

SECTION 3 DAY 5
(01-09-2016)

EVIL HANDS POINTING AT ME, WITHER

Scripture Reading: 1 Kings 13

Reading through the Bible in 70 Days (Day 25 - 1 Chronicles 11:5-27:12)

Confession: Psa 46:1 God is our refuge and strength, a very present help in trouble.

Devotional Songs (Pages 11-14)

Praise Worship

Prayer of Praise and Thanksgiving (Pages 15 & 16)

85. My destiny, promote me, in the name of Jesus.

86. Every sickness in my body, be eaten up by the blood of Jesus Christ, in Jesus' name.

87. My Red Sea, lose your power, in the name of Jesus.

88. Every power designed to waste my life, die, in the name of Jesus.

89. Root of hardship, die, in the name of Jesus.

90. Yoke of stagnancy, break, break, break, in the name of Jesus.

91. Every power working against my prayers, die, in the name of Jesus.

92. I cancel my name from the register of satan, in the name of Jesus.

93. Yoke of satanic delay, break, in name of Jesus.

94. O God, arise and let my story change, in the name of Jesus.

95. Powers planning my disgrace, die, in the name of Jesus.

96. O God, arise and let my tears expire, in the name of Jesus.

97. O God, arise and let my shame expire, in the name of Jesus.

98. Every wicked meeting, designed against my destiny, scatter, in the name of Jesus.

99. Powers pursuing my star, dry up and die, in the name of Jesus.

100. Miracles that surpass my explanation, manifest in my life, in the name of Jesus.

101. O God, arise and let my situation change, in the name of Jesus.

102. I position myself by fire for divine intervention, in the name of Jesus.

103. O Lord, burst forth in my life by signs and wonders, in the name of Jesus.

104. Resources of heaven, arise by fire, promote me, in the name of Jesus.

105. Any power that wants me to die as I am, die, in the name of Jesus.

SECTION 3 DAY 6
(02-09-2016)

EVIL HANDS POINTING AT ME, WITHER

Scripture Reading: 1 Kings 13

Reading through the Bible in 70 Days (Day 26 - 1Chron 27:13- 29:30; 2 Chron 1:1- 18:23)

Confession: Psa 46:1 God is our refuge and strength, a very present help in trouble.

Devotional Songs (Pages 11-14)

Praise Worship

Prayer of Praise and Thanksgiving (Pages 15 & 16)

106. Where is the Lord God of Elijah? Arise and let the root of hardship in my life, die, in the name of Jesus.

107. My Lord and my God, I will not let You go unless You bless me, in Jesus' name.

108. Mercy of God, arise by the blood of Jesus, locate me, in the name of Jesus.

109. O Red Sea of blockage, I cry against you, divide, in the name of Jesus.

110. Any rope tying me down to the same spot, break, in the name of Jesus.

111. Every power assigned against my greatness, die, in the name of Jesus.

112. I prophesy over my life. (Mention your name): Move to your next level by fire, in the name of Jesus.

113. Every power pronouncing death on my destiny, die, in the name of Jesus.

114. Every power assigned to cut short my life, die, in the name of Jesus.

115. Where is the Lord God of Elijah? Arise, pursue my pursuers, in the name of Jesus.

116. O God of signs and wonders, arise, manifest Your power in my life, in the name of Jesus.

117. My glory, arise and shine, in the name of Jesus.

118. Every dark agenda for my life, die, in the name of Jesus.

119. Every enemy of my prayers in me, wither, in the name of Jesus.

120. O Lord, plug me into the socket of the Holy Ghost, so as to receive dominion

power, in the name of Jesus.

121. I mount on the horse of war and walk into the land of breakthroughs, in the name of Jesus.

122. Hammer of God, break every evil knee assigned against my destiny, in the name of Jesus.

123. Storm of confusion, possess the camp of my enemies, in the name of Jesus.

124. Every evil pot, cooking my glory, break, in the name of Jesus.

125. Heavenly carpenters, nail to death every spiritual robber of my prosperity, in the name of Jesus.

126. Generational curses, die by the blood of Jesus, in the name of Jesus.

SECTION 3 DAY 7
(03-09-2016)

EVIL HANDS POINTING AT ME, WITHER

Scripture Reading: 1 Kings 13

Reading through the Bible in 70 Days (Day 27 - 2 Chronicles 18:24- 36:16)

Confession: Psa 46:1 God is our refuge and strength, a very present help in trouble.

Devotional Songs (Pages 11-14)

Praise Worship

Prayer of Praise and Thanksgiving (Pages 15 & 16)

127. O God, arise and use every weapon at Your disposal to disgrace my enemies, in the name of Jesus.

128. Thou power of basket bank, die, in the name of Jesus.

129. Wherever my name is being mentioned by my enemies for untimely death, Rock of ages, grind the enemies to pieces, in the name of Jesus.

130. Thou power of slow death, die, in the name of Jesus.

131. I break the coffin of darkness with the hammer of fire, in the name of Jesus.

132. Every Pharaoh pursuing my Moses, die in the Red Sea, in the name of Jesus.

133. The 'I am that I am', arise and manifest Your power in my life, in Jesus' name.

134. Rod of God, arise and part the Red Sea for me, in the name of Jesus.

135. O Lord, unseat, move and transfer every power working against my promotion, in the name of Jesus.

136. I ride on the horse of war and move into victory, in the name of Jesus.

137. Angels of destruction, visit the camp of my stubborn enemies, in Jesus' name.

138. O God, arise by Your east wind and drown my Pharaoh in the Red Sea, in the name of Jesus.

139. Every evil power, struggling to restructure my destiny, die, in the name of Jesus.

140. Umbrella of fire of the Almighty God, cover my life, in the name of Jesus.

141. Come, Holy Spirit, by Your fire, be my defender everyday of year, in Jesus' name.

142. This year, I shall have double honour, in the name of Jesus.

143. O Lord, give me a miracle, that will make me forget my past troubles, in the name of Jesus.

144. Every power, assigned to battle me with bitter water, die, in the name of Jesus.

145. Every power, that hates to see me laugh, scatter, in the name of Jesus.

146. Every power, monitoring my destiny for evil, dry up, in the name of Jesus.

147. Every night meeting, convened to frustrate me, scatter, in the name of Jesus.

EVIL HANDS POINTING AT ME, WITHER

SECTION 3 DAY 8
(04-09-2016)

Scripture Reading: 1 Kings 13

Reading through the Bible in 70 Days (Day 28 - 2Chron 36:17-36:23; Ezra 1:1-10:44; Neh 1:1 -7:33)

Confession: Psa 46:1 God is our refuge and strength, a very present help in trouble.

Devotional Songs (Pages 11-14)

Praise Worship

Prayer of Praise and Thanksgiving (Pages 15 & 16)

148. Every enchanter, assigned against my glory, scatter, in the name of Jesus.

149. My Father, change the rule for my sake, like it was done for Ephraim, in the name of Jesus.

150. O God of Elijah, arise, disappoint my adversaries, in the name of Jesus.

151. Every satanic file, on my life and activities, catch fire, in the name of Jesus.

152. I declare tonight as my Passover night. Angels of death and sorrow, pass over my life, in the name of Jesus.

153. My head, reject shame this year, in the name of Jesus.

154. O Lord, deposit in me ideas that will change my life, in the name of Jesus.

155. O God, arise and promote me beyond the imagination of men, in Jesus' name.

156. O Lord, separate me from the crowd by signs and wonders, in the name of Jesus.

157. Water my land, O Lord, in the name of Jesus.

158. The noise, manifestation and roaring of my enemies, die, in the name of Jesus.

159. Every enemy of my life, go into perpetual reproach, in the name of Jesus.

160. Every root of evil dream attacks, dry up, in the name of Jesus.

161. Every Nebuchadnezzar plotting to disgrace the name of my God, scatter, in the name of Jesus.

162. Dustbin of history, reject my name, in the name of Jesus.

163. Every satanic trick to disorganize me, die, in the name of Jesus.

164. I cancel any bad news assigned against my life, in the name of Jesus.

165. Lord, make my enemies Your enemies this year, in the name of Jesus.

166. My Father, arise in the thunder of Your power and show me a sign for good, in the name of Jesus.

167. O God, arise and put all those who hate me to shame, in the name of Jesus.

168. Witchcraft reinforcement and re-enchantment against me, die, in Jesus' name.

SECTION 3 DAY 9
(05-09-2016)

EVIL HANDS POINTING AT ME, WITHER

Scripture Reading: 1 Kings 13

Reading through the Bible in 70 Days (Day 29 - Neh 7:34-13:31; Esther 1:1-10:3; Job 1:1 - 2:6)

Confession: Psa 46:1 God is our refuge and strength, a very present help in trouble.

Devotional Songs (Pages 11-14)

Praise Worship

Prayer of Praise and Thanksgiving (Pages 15 & 16)

169. Holy Ghost bulldozer, clear away every power blocking my advancement, in the name of Jesus.

170. Evil checkpoints, checkmating my breakthrough, catch fire, in the name of Jesus.

171. O whirlwind of God, arise in anger, pursue my pursuers, in the name of Jesus.

172. Every satanic court of appeal overturning my miracles, scatter, in Jesus' name.

173. Every power twisting my testimonies, die, in the name of Jesus.

174. Every witchcraft gathering summoned to enforce failure in my life, be scattered, in the name of Jesus.

175. My blessings, hear the words of the Lord: "Do not pass me by", in Jesus' name.

176. Anointing that melts away hindrances, fall upon me now, in the name of Jesus.

177. Anointing that provokes open doors, fall upon me now, in the name of Jesus.

178. O heavens, release violent angels to cause riot in the camp of my enemies, in the name of Jesus.

179. Anointing for uncommon breakthroughs, fall upon me now, in the name of Jesus.

180. O God of Elijah, multiply my miracles, in the name of Jesus.

181. My Father, break every yoke assigned to limit my potential, in the name of Jesus.

182. Every power siphoning my virtue, die, in the name of Jesus.

183. Agents of bad luck, what are you waiting for? Scatter, in the name of Jesus.

184. Every bank of darkness holding back my progress, clear away, in Jesus' name.

185. Doors of favour, open unto me by fire, in the name of Jesus.

186. My oppressors will receive divine shock this year, in the name of Jesus.

187. I will not die in the wilderness of conspiracy, in the name of Jesus.

188. Shame, hear the word of the Lord: "Run away from me", in the name of Jesus.

189. Every power that wants me to remain on the ground, scatter, in Jesus' name.

SECTION 3 DAY 10
(06-09-2016)

EVIL HANDS POINTING AT ME, WITHER

Scripture Reading: 1 Kings 13

Reading through the Bible in 70 Days (Day 30 - Job 2:7 - 20:15)

Confession: Psa 46:1 God is our refuge and strength, a very present help in trouble.

Devotional Songs (Pages 11-14)

Praise Worship

Prayer of Praise and Thanksgiving (Pages 15 & 16)

190. Every miracle that is about to pass me by, locate me by fire, in the name of Jesus.

191. O Lord, let the mountain speaking against me be rolled away, in Jesus' name.

192. Power of God, clear away from me every spiritual blindness, in the name of Jesus.

193. Every covenant of my father's house with satan, be broken, in the name of Jesus.

194. Every foundation of iniquity, in my family line, die, in the name of Jesus.

195. Every foundational dross, in my life, be melted, in the name of Jesus.

196. O God, send an overflowing scourge to pursue my pursuers, in the name of Jesus.

197. O God, arise and pronounce uncommon favour on my calling/career, in the name of Jesus.

198. Showers of blessing, pour down on me in abundance, in the name of Jesus.

199. O Lord, single me out for supernatural riches, in the name of Jesus.

200. Every artillery of darkness, against me, backfire, in the name of Jesus.

201. Anti-favour power of my father's house, die, in the name of Jesus.

202. Every yoke and burden of failure, die, in the name of Jesus.

203. I break loose from the spirit of backwardness, in the name of Jesus.

204. Every dream of backwardness, die, in the name of Jesus.

205. Every spiritual table master, obey my orders and bow, in the name of Jesus.

206. Every power of wickedness deliberating on my destiny, die, in the name of Jesus.

207. Thou power of polygamous wickedness, die, in the name of Jesus.

208. Every wicked power in the firmament contesting my prayer, die, in Jesus' name.

209. Foundation of my life, hear the word of God: "Receive deliverance", in the name of Jesus.

210. Foundation of my life, hear the voice of God: "Prosper my destiny", in the name of Jesus.

SECTION CONFESSIONS

In the name of Jesus, I claim the power in the name of the Lord to overcome all the troops of the enemy. I shall be called the city of the Lord, the Zion of the Holy One of Israel. Whereas I have been forsaken and hated so that no good thing passed through me, God will make me an eternal glory, a joy from age to age, in the name of Jesus. In the name of Jesus Christ, by the presence of God in my life, I command the wicked to perish before me; and melt away like wax in the fire.

It is written, that I should discard the former things. God shall do a new thing in my life and it shall spring forth. I command new things to begin to spring forth in my marriage, in my business/career, in my finances and in my spiritual life, in the name of Jesus. Every gathering of the powers of darkness that is against my prayer life, my success and my breakthroughs, be defeated by the blood of Jesus. The Lord has sent the fear and the dread of me upon all my enemies, that the report or information of me, shall cause them to fear, tremble and be in anguish, in the name of Jesus.

SECTION VIGIL
(To be done at night between the hours of 12 midnight and 2am)
HYMN FOR THE VIGIL (Page 14)

1. All curses and spells, working against my joy, die, in the name of Jesus
2. All curses and spells, assigned to my destiny, die, in the name of Jesus.
3. All curses and spells, working against my health, die, in the name of Jesus.
4. Every curse, associated with my name, break by the power in the blood of Jesus.
5. I cancel any curse that must have been uttered against my compound and its contents with the Blood of Jesus and I loose my compound from its power, in Jesus' name.
6. I cancel every conscious or unconscious curse uttered by unhappy construction workers, in Jesus' name.
7. I break every curse of hardship in marriage, in the name of Jesus.
8. I severe and separate my family and I from every ancestral, generational, family and personal curses working against my marriage and home, in the name of Jesus.
9. I renounce every self-imposed curse and pronouncements over my life and marriage, in Jesus' name.
10. Every curse, operating against my head, die by the power in the blood of Jesus, in Jesus' name.
11. I break and loose myself from every curse of financial bondage and poverty, in Jesus' name.
12. I break every witchcraft curse and spell on my destiny, in the name of Jesus.
13. I break every ancestral curse on my destiny, in the name of Jesus.
14. All bloodline curses, break, in the name of Jesus.
15. I release my body from every curse of infirmity, in the name of Jesus.
16. I reject, reverse and revoke every curse of barrenness and unfruitfulness in my life, in the name of Jesus.
17. I break all curses of 'thou shall not excel', in the name of Jesus.
18. I release myself, from every family curse, in the name of Jesus.
19. Every power of darkness, assigned to monitor any curse troubling my life, I bind you and cast you out, in the name of Jesus.
20. I release myself from every curse of 'almost there but not there', in Jesus' name.
21. Every generational curse, I break your stronghold, in the name of Jesus.

I SHALL BE BETTER THAN MY ENEMIES

SECTION 4 DAY I
(07-09-2016)

Scripture Reading: Exodus 3

Reading through the Bible in 70 Days (Day 31 - Job 20:16 - 37:16)

Confession: Jer 17:14 Heal me, O LORD, and I shall be healed; save me, and I shall be saved: for thou art my praise.

Devotional Songs (Pages 11-14)

Praise Worship

Prayer of Praise and Thanksgiving (Pages 15 & 16)

1. My destiny, refuse to bow to the command of witchcraft, in the name of Jesus.

2. Anointing for moving forward, fall upon my life, in the name of Jesus.

3. O Lord, let Your fire fall on my destiny, in the name of Jesus.

4. O Lord, let Your fire fall on my life, in the name of Jesus.

5. Every shadow assigned against my life to monitor me, I tear you down, in the name of Jesus.

6. My circumstances, bring forth new opportunities, in the name of Jesus.

7. Every spirit attached to me to make me dull, die, in the name of Jesus.

8. Every vulture spirit attached to me, die, in the name of Jesus.

9. Every spiritual snake attached to my house, die, now, in the name of Jesus.

10. Every padlock locking up my life, break, in the name of Jesus.

11. Fire of God, fall upon every power harassing my destiny, in the name of Jesus.

12. Angels that killed Herod, move against my unrepentant enemies, in Jesus' name.

13. O voice of God, shake off all wicked plantations against me in the heavenlies, in the name of Jesus.

14. Every satanic gang-up against my destiny, die, in the name of Jesus.

15. Strangers intruding into my destiny, be chased out and drown in the Red Sea, in the name of Jesus.

16. Whirlwind of the Lord, arise with fury, knock off every satanic prayer against my moving forward, in the name of Jesus.

17. Prophetic satanic utterances assigned to abort my divine promises, wither, in the name of Jesus.

18. O God, arise and command Your blessings upon my life, in the name of Jesus.

19. Every consultation of darkness against my life, scatter, in the name of Jesus.

20. My face, vanish from every satanic monitor, in the name of Jesus.

21. Double thunder, double destruction, pursue my pursuers, in the name of Jesus.

I SHALL BE BETTER THAN MY ENEMIES

SECTION 4 DAY 2
(08-09-2016)

Scripture Reading: Exodus 3

Reading through the Bible in 70 Days (Day 32- Job 37:17- 42:17; Psalms 1:1-22:25)

Confession: Jer 17:14 Heal me, O LORD, and I shall be healed; save me, and I shall be saved: for thou art my praise.

Devotional Songs (Pages 11-14)

Praise Worship

Prayer of Praise and Thanksgiving (Pages 15 & 16)

22. Any power reporting me to demons, die, in the name of Jesus.

23. Every local dragon assigned against me, die, in the name of Jesus.

24. Every poison of darkness in my body, dry up and die, in the name of Jesus.

25. I will not die before my glory appears, in the name of Jesus.

26. Altars of affliction, die, in the name of Jesus.

27. United demonic powers over my life, scatter, in the name of Jesus.

28. Every power behind my problems, die, in the name of Jesus.

29. Every strongman assigned against my destiny, scatter, in the name of Jesus.

30. Every tree of repeated persistent problems, die, in the name of Jesus.

31. Where is the Lord God of Elijah? Arise, let my story change, in the name of Jesus.

32. Every root of reproach in my life, die, in the name of Jesus.

33. Every power hired to pull me down, die, in the name of Jesus.

34. Every witchcraft agenda for my life, die, in the name of Jesus.

35. Every power troubling my star, die, in the name of Jesus.

36. Every power promoting evil capacity in my life, die, in the name of Jesus.

37. Every agenda of my father's house, designed to waste my life, die, in Jesus' name.

38. Every embargo on my glory, die, in the name of Jesus.

39. Every power pronouncing sudden death upon my life, die, in the name of Jesus.

40. Any evil umbrella covering my head, scatter, in the name of Jesus.

41. Yoke of satanic delay, break, in the name of Jesus.

42. Every power of shame directed against me, scatter, in the name of Jesus.

SECTION 4 DAY 3 (09-09-2016)

I SHALL BE BETTER THAN MY ENEMIES

Scripture Reading: Exodus 3

Reading through the Bible in 70 Days (Day 33 - Psalms 22:26 - 50:5)

Confession: Jer 17:14 Heal me, O LORD, and I shall be healed; save me, and I shall be saved: for thou art my praise.

Devotional Songs (Pages 11-14)

Praise Worship

Prayer of Praise and Thanksgiving (Pages 15 & 16)

43. Dream-acquired yokes, break, in the name of Jesus.

44. Plantation of infirmity in my life, die, in the name of Jesus.

45. Every witchcraft prayer, working against me, go back to your sender, in the name of Jesus.

46. Fire of affliction, die; and rise no more, in the name of Jesus.

47. My cry, provoke angelic violence, in the name of Jesus.

48. Foundational barrier to greatness, die, in the name of Jesus.

49. Rod of God, arise, divide my Red Sea, in the name of Jesus.

50. Voice of strangers assigned to destroy my destiny, be silenced for ever, in the name of Jesus.

51. Powers, speaking against my destiny, I bury you today, in the name of Jesus.

52. I cover myself with the blood of Jesus, in the name of Jesus.

53. I break the power of all unrighteous curses placed upon me, in the name of Jesus.

54. I break every curse brought on me by past generations in my family, in the name of Jesus.

55. I cancel self-imposed curses, in the name of Jesus.

56. I cancel parental curses, in the name of Jesus.

57. All problems associated with curses, die, in the name.

58. Powers planted in my childhood to trouble my future, hear the word of the Lord, die, in the name of Jesus.

59. O Lord, cause dryness to come upon the powers planted in my childhood to trouble my future, in the name of Jesus.

60. Powers planted in my childhood to trouble my future, I dry up your river even as Jordan was dried up, in the name of Jesus.

61. Powers planted in my childhood to trouble my future, I dry up your roots even as the Lord dried up the fig tree, in the name of Jesus.

62. Powers planted in my childhood to trouble my future, I knock down your gates, in the name of Jesus.

63. Powers planted in my childhood to trouble my future, I break in pieces your gates of brass, in the name of Jesus.

SECTION 4 DAY 4 (10-09-2016)

I SHALL BE BETTER THAN MY ENEMIES

Scripture Reading: Exodus 3

Reading through the Bible in 70 Days (Day 34 - Psalms 50:6 - 78:4)

Confession: Jer 17:14 Heal me, O LORD, and I shall be healed; save me, and I shall be saved: for thou art my praise.

Devotional Songs (Pages 11-14)

Praise Worship

Prayer of Praise and Thanksgiving (Pages 15 & 16)

64. Powers planted in my childhood to trouble my future, I cut your bars of iron in sunder, in the name of Jesus.

65. Powers planted in my childhood to trouble my future, I break down your walls even as the wall of Jericho was broken down, in the name of Jesus.

66. Powers planted in my childhood to trouble my future, I cut off your cords; I cast you away, in the name of Jesus.

67. I bind the evil power of the strongman over my childhood, in the name of Jesus.

68. I break all curses of iniquity coming down my family line, in the name of Jesus.

69. I destroy spiritual embargo on my mother's side and my father's side, ten generations backwards, in the name of Jesus.

70. You dark powers of my father's and my mother's sides, I command you to bend

your knee to Jesus, in the name of Jesus.

71. You dark powers of my father's and my mother's sides, I put a hook in your nose, in the name of Jesus.

72. You dark powers of my father's and my mother's sides, I put a cord around your tongue, in the name of Jesus.

73. You dark powers of my father's and my mother's sides, I bore a thorn into your jaws, in the name of Jesus.

74. You dark powers of my father's and my mother's sides, I dethrone you, in the name of Jesus.

75. You dark powers of my father's and my mother's sides, I command you to sit in the dust, in the name of Jesus.

76. Any dark covenant with my place of birth, die, in the name of Jesus.

77. Yokes buried in the foundation of my life, break, in the name of Jesus.

78. Any problems buried in my childhood to pollute my future, die, in Jesus' name.

79. Foundational failure magnet, catch fire, in the name of Jesus.

80. Plantations of darkness troubling my star, roast by fire, in the name of Jesus.

81. Satanic investments in the foundation of my life, die, in the name of Jesus.

82. Hidden childhood poisons polluting my life, catch fire, in the name of Jesus.

83. Every tree that God the Father has not planted in my life, die, in the name of Jesus.

84. All consequences of satanic hands that carried me as a baby, expire, in the name of Jesus.

SECTION 4 DAY 5 (11-09-2016)

I SHALL BE BETTER THAN MY ENEMIES

Scripture Reading: Exodus 3

Reading through the Bible in 70 Days (Day 35 - Psalms 78:5 - 103:12)

Confession: Jer 17:14 Heal me, O LORD, and I shall be healed; save me, and I shall be saved: for thou art my praise.

Devotional Songs (Pages 11-14)

Praise Worship

Prayer of Praise and Thanksgiving (Pages 15 & 16)

85. Placental bondage, break by fire, in the name of Jesus.

86. My Father, walk back to my childhood days and purge my life, in the name of Jesus.

87. Satanic seeds in my foundation, die, in the name of Jesus.

88. Serpents and scorpions planted in my life by childhood polygamous witchcraft, die, in the name of Jesus.

89. Glory killers entrenched in my foundation, die, in the name of Jesus.

90. Blood of Jesus, arise in Your cleansing power, wash my roots, in the name of Jesus.

91. Every power of Herod tracing my star, I bury you now, in the name of Jesus.

92. I will celebrate Jesus and become a divine celebrity, in the name of Jesus.

93. The mouth that mocked me will turn around to congratulate me, in Jesus' name.

94. Every evil bird flying against my destiny, be shot down by the arrow of God, in the name of Jesus.

95. God of Elijah, silence my silencers, in the name of Jesus.

96. Anyone who belittles me shall become little as from today, in the name of Jesus.

97. Every power working against my efficiency, scatter, in the name of Jesus.

98. Every power working against my promotion, scatter, in the name of Jesus.

99. Every secret and open enemy of my breakthroughs, scatter, in the name of Jesus.

100. Every secret and open enemy of my breakthrough laughter, scatter, in the name of Jesus.

101. Every agent of untimely death assigned to abort my life, die, in Jesus' name.

102. Every agent of premature death, die, in the name of Jesus.

103. My arrows of prayer, arise, bring shame and sorrow to my enemies today, in the name of Jesus.

104. Power of fresh favour, pursue me, locate me and fall upon me, in Jesus' name.

105. Armour of my enemies, begin to tear, in the name of Jesus.

SECTION 4 DAY 6
(12-09-2016)

I SHALL BE BETTER THAN MY ENEMIES

Scripture Reading: Exodus 3

Reading through the Bible in 70 Days (Day 36 - Psalms 103:13 - 119:107)

Confession: Jer 17:14 Heal me, O LORD, and I shall be healed; save me, and I shall be saved: for thou art my praise.

Devotional Songs (Pages 11-14)

Praise Worship

Prayer of Praise and Thanksgiving (Pages 15 & 16)

106. O God, arise and break the alliance of my enemies, in the name of Jesus.

107. O God, arise and break the conspiracy of my enemies, in the name of Jesus.

108. O Lord, let the boast of my Goliath turn to shame, in the name of Jesus.

109. O champions of my problems, hang after the order of Haman, in Jesus' name.

110. In this programme, O Lord, let every evil contention backfire, in Jesus' name.

111. Every portion that the enemy has stolen from my life, I repossess you, in the name of Jesus.

112. O God, see to it by Yourself that my rights and privileges are restored fully this year, in the name of Jesus.

113. O God, correct my life, correct my destiny, in the name of Jesus.

114. O Lord, let the poison in my body die now, in the name of Jesus.

115. Blood of Jesus, kill the serpents in my destiny, in the name of Jesus.

116. Vengeance of God, arise, kill every agent of darkness attacking my life, in the name of Jesus.

117. Any situation in my life that does not glorify God, die, in the name of Jesus.

118. O pillars of fire, arise and begin to burn around me 24 hours of the day, in the name of Jesus.

119. Permanent holes in my pocket, die, in the name of Jesus.

120. Anyone that takes my name to the native doctors, die within 24 hours, in the name of Jesus.

121. Any power that has stolen the glory of my future, die, in the name of Jesus.

122. Every ungodly imagination fashioned against me, backfire, in the name of Jesus.

123. Those who say, "it is over their dead body that I would prosper," O Lord, let their prophecy come to pass, in the name of Jesus.

124. Any power of my father's house and mother's house pegging me down, die, in the name of Jesus.

125. Life–limiting powers, hear the word of the Lord, die, in the name of Jesus.

126. Blood-sucking powers assigned against me, suck your own blood, in Jesus' name.

SECTION 4 DAY 7 (13-09-2016)

I SHALL BE BETTER THAN MY ENEMIES

Scripture Reading: Exodus 3

Reading through the Bible in 70 Days (Day 37 -Psalms 119:108-150:6; Proverbs 1:1-2:16)

Confession: Jer 17:14 Heal me, O LORD, and I shall be healed; save me, and I shall be saved: for thou art my praise.

Devotional Songs (Pages 11-14)

Praise Worship

Prayer of Praise and Thanksgiving (Pages 15 & 16)

127. Anyone assigned to edge me out of my blessings/career/business, receive divine embarrassment, in the name of Jesus.

128. Every power contesting my inheritance, receive frustration, in the name of Jesus.

129. Breakthroughs that will embarrass my mockers, manifest, in the name of Jesus.

130. Every battle at the edge of my breakthrough, scatter, in the name of Jesus.

131. Road of affliction, hear the word of the Lord, close, in the name of Jesus.

132. I recover sevenfold all my wasted years, in the name of Jesus.

133. O God, arise and catapult me to a greater tomorrow, in the name of Jesus.

134. Every well filled up against me, open, in the name of Jesus.

135. Every gate of darkness assigned against me, scatter, in the name of Jesus.

136. Power of repeated problems, die, in the name of Jesus.

137. Every dark coven gathered for my sake, catch fire, in the name of Jesus.

138. O God, arise and let my story change, in the name of Jesus.

139. My breakthrough in the custody of witchcraft, be released by fire, in Jesus' name.

140. Every witchcraft gathering summoned to disgrace me, scatter, in Jesus' name.

141. Banks of witchcraft, release my blessings by fire, in the name of Jesus.

142. Every satanic crowd gathered to mock me, scatter, in the name of Jesus.

143. Witchcraft calendar and time tables, catch fire, in the name of Jesus.

144. Witchcraft embargoes of my father's house, die, in the name of Jesus.

145. Battles that gave birth to other battles in my life, die, in the name of Jesus.

146. Every chain battle in my life, die, in the name of Jesus.

147. I possess the re-igniting power of the Holy Ghost, in the name of Jesus.

I SHALL BE BETTER THAN MY ENEMIES

**SECTION 4 DAY 8
(14-09-2016)**

Scripture Reading: Exodus 3

Reading through the Bible in 70 Days (Day 38 - Proverbs 2:17-17:20)

Confession: Jer 17:14 Heal me, O LORD, and I shall be healed; save me, and I shall be saved: for thou art my praise.

Devotional Songs (Pages 11-14)

Praise Worship

Prayer of Praise and Thanksgiving (Pages 15 & 16)

148. Sets of chains of evil reaction, break, in the name of Jesus.

149. Come-and-go problems, die, in the name of Jesus.

150. Round-about problems, die, in the name of Jesus.

151. Battles that refuse to go away, catch fire and burn to ashes, in the name of Jesus.

152. Defeat, I defeat you by the power in the blood of Jesus, in the name of Jesus.

153. Enough is enough! I possess my possession by fire, in the name of Jesus.

154. Every power troubling my dream, my God shall trouble you today, in the name of Jesus.

155. Every curse with long legs in my family, die, in the name of Jesus.

156. My enemies, my problems are over. It is now your turn. Therefore, carry your load, in the name of Jesus.

157. Every darkness hanging on my family tree, be broken, in the name of Jesus.

158. Anointing to disgrace my problems, fall on me, in the name of Jesus.

159. Yokes of satanic delay, break, in the name of Jesus.

160. Any power falling asleep to harm me, you shall not wake up, in Jesus' name.

161. I break the coffin of darkness by the hammer of fire, in the name of Jesus.

162. Virtues of darkness assigned against me, die, in the name of Jesus.

163. The seven spirits of God on Isaiah, manifest in my life, in the name of Jesus.

164. Every power that wants me to suffer what my parents suffered, die, in the name of Jesus.

165. Every financial grave dug for me, scatter, in the name of Jesus.

166. Any problem associated with dead relatives, die, in the name of Jesus.

167.   I trample upon the plan of the enemy designed to kill me, in the name of Jesus.

168.   Fake doors opened by the enemy for me, close. Good doors, open by fire, in the name of Jesus.

SECTION 4 DAY 9 (15-09-2016)

I SHALL BE BETTER THAN MY ENEMIES

Scripture Reading: Exodus 3

Reading through the Bible in 70 Days (Day 39 -Proverbs 17:21-31:31; Ecclesiastes 1:1-2:4)

Confession: Jer 17:14 Heal me, O LORD, and I shall be healed; save me, and I shall be saved: for thou art my praise.

Devotional Songs (Pages 11-14)

Praise Worship

Prayer of Praise and Thanksgiving (Pages 15 & 16)

169.   Evil storms of life, be still and return no more, in the name of Jesus.

170.   Every poison in my body, die, in the name of Jesus.

171.   O Lord, let men begin to compete to favour me, in the name of Jesus.

172.   Thou power of inherited failure, die, in the name of Jesus.

173.   My enemies, bow down to me, in the name of Jesus.

174.   Every Goliath in my destiny, die, in the name of Jesus.

175.   Every evil power that pursued my parents and that is now pursuing me, die, in the name of Jesus.

176.   Every foundation of witchcraft in my family line, die, in the name of Jesus.

177.   Thou power of affliction, die, in the name of Jesus.

178.   Every calendar of darkness for my life, die, in the name of Jesus.

179.   O heavens, arise with your weapons of war and pursue my pursuers, in the name of Jesus.

180.   Foundational poverty, die, in the name of Jesus.

181.   O heavens, over my prosperity, open by fire, in the name of Jesus.

182.   Every witchcraft altar raised against my breakthroughs, die, in the name of Jesus.

183.   Those who belittle me shall witness my progress, in the name of Jesus.

184.   Every arrow of the enemy in my foundation, waging war against my destiny, die, in the name of Jesus.

185. Any power delegated to turn my life upside down, die, in the name of Jesus.

186. Any power trampling my life, die, in the name of Jesus.

187. Any power programming sorrows into my destiny, die, in the name of Jesus.

188. Thou power of the earth, release my swallowed virtue, in the name of Jesus.

189. I claim divine peculiarity. I must shine, in the name of Jesus.

SECTION 4 DAY 10
(16-09-2016)

I SHALL BE BETTER THAN MY ENEMIES

Scripture Reading: Exodus 3

Reading through the Bible in 70 Days (Day 40 -Eccl 2:5-12:14; SS 1:1-8:14; Isa 1:1 - 6:12)

Confession: Jer 17:14 Heal me, O LORD, and I shall be healed; save me, and I shall be saved: for thou art my praise.

Devotional Songs (Pages 11-14)

Praise Worship

Prayer of Praise and Thanksgiving (Pages 15 & 16)

190. I will not build my destiny on witchcraft foundation, in the name of Jesus.

191. I bind every unprofitable investment, in the name of Jesus.

192. The hands of the enemy will not prevail against me, in the name of Jesus.

193. O God, arise and roll away every evil stone placed on my destiny, in Jesus' name.

194. Angels of prophecy, take your position in my life, in the name of Jesus.

195. Every strange voice, I silence you for ever, in the name of Jesus.

196. O God, arise and smite my infirmity, in the name of Jesus.

197. Key of heaven, be released to unlock my virtues, in the name of Jesus.

198. Everywhere I turn to, harvest shall welcome me, in the name of Jesus.

199. My blood shall not be found on any altar, in the name of Jesus.

200. My soul will not answer any dark power, in the name of Jesus.

201. Yokes, curses, enchantments, break away from my life, in the name of Jesus.

202. Every bird used as an instrument of wickedness against my life, die, in the name of Jesus.

203. Arrows fired into my star to demote me, die, in the name of Jesus.

204. Demoting powers, stagnating powers, die, in the name of Jesus.

205. Agenda of average power over my life, die, in the name of Jesus.

206. Every power of my father's house, assigned to rubbish me, die, in Jesus' name.

207. I rewrite my family history by fire, in the name of Jesus.

208. Any Jezebelian woman assigned to pull me down, die, in the name of Jesus.

209. O Lord, give me a dream that will change my life for the better, in Jesus' name.

210. I terminate the life of every vision killer assigned against me, in Jesus' name.

SECTION CONFESSIONS

There are many devices in a man's heart; nevertheless the counsel of the Lord, that shall stand in my life, in the name of Jesus. My God Jehovah, is all-sufficient. He is more than sufficient. I claim God's divine abundance, in every area of my life, in the name of Jesus. I receive unto myself, the virtues, the strength, the power, the might and the anointing in the blood of Jesus. Satan and his world of demons, cannot stand against me because I am covered by the blood of the Lamb of God. And there is between me and the devil a standard of God, raised with the Cross of Calvary by the Spirit of God.

If the enemy comes against me, the Spirit of the Lord will lift up a standard against them and they cannot pass through, in Jesus' name. Henceforth, let no ancestral or evil family spirit have any hold on my affairs and me. They shall not have any entry point into my life, for I bear in my body the marks of the Lamb of God, who paid the price for my life and bought me to belong to Himself eternally, in Jesus' name. Speedily the Lord will hear me, and speedily will He deliver me from the curse of my lack and unfruitfulness, in the name of Jesus.

SECTION VIGIL

(To be done at night between the hours of 12 midnight and 2am)

HYMN FOR THE VIGIL (Page 14)

1. Every curse uttered by satanic agents against my destiny, break, in Jesus' name.

2. Every curse with long legs, break, in the name of Jesus.

. 3. Every input of curses in my life, break, in the name of Jesus.

4. All pursuing curses, break, in the name of Jesus.

5. I release myself from the grip of any mobile curse, in the name of Jesus.

6. My Father, convert all curses issued against me to blessings, in the name of Jesus.

7. I de-programme and cancel all negative prophecies pronounced against me, in

Jesus' name.

8. O Lord, guide me into the mysteries of my life.

9. Every Haman assigned against my life, fall down and die, in the name of Jesus.

10. Every gathering of the wicked against me be harvested for judgement, in the name of Jesus.

11. O God, arise and hang every Hamaan assigned to my life, in Jesus' name.

12. I destroy, the hand of any witch-doctor, working against me, in the name of Jesus.

13. Every witchcraft spirit, attempting to build a wall against my destiny, fall down and die, in the name of Jesus.

14. I send the rain of affliction upon every witchcraft power working against me, in Jesus' name.

15. Every chain of inherited witchcraft in my family, break, in the name of Jesus.

16. Every ladder, used by witchcraft against me, roast, in the name of Jesus.

17. O Lord, give me the keys to unlock the hidden riches of secret places.

18. All ancient doors that have hindered the plan of God for my life, open by fire, in the name of Jesus.

19. Every messenger of death assigned against my life, go back to your sender, in Jesus' name.

20. Every sting of death fashioned against my life, be neutralized by the blood of Jesus.

21. Every stumbling block to God's prophetic agenda for my life, be rooted out, in Jesus' name.

FROM INSULT TO RESULT

SECTION 5 DAY I
(17-09-2016)

Scripture Reading: 1 Samuel 2

Reading through the Bible in 70 Days (Day 41 - Isaiah 6:13-30:8)

Confession: Num 23:19 God is not a man, that he should lie; neither the son of man, that he should repent: hath he said, and shall he not do it? or hath he spoken, and shall he not make it good?

Devotional Songs (Pages 11-14)

Praise Worship

Prayer of Praise and Thanksgiving (Pages 15 & 16)

1. O Lord, reschedule my destiny for uncommon breakthroughs, in the name of Jesus.

2. O God, You gave the sun power to break through darkness; give me breakthroughs power, in the name of Jesus.

3. O God, upgrade my brain, in the name of Jesus.

4. My tongue, declare good things into my life, in the name of Jesus.

5. My hands, refuse to befriend poverty, in the name of Jesus.

6. All death contracts, die, in the name of Jesus.

7. Points of contact with the devil with my life, die, in the name of Jesus.

8. I electrify my family with the fire of the Holy Ghost, in the name of Jesus.

9. Every witchcraft altar in my abode, die, in the name of Jesus.

10. You dog of witchcraft, you will not bark against me, die, in Jesus' name.

11. I release bullets against every evil gathering, in the name of Jesus.

12. Thou word of God, with Your power as hammer, break evil chains in my life, in the name of Jesus.

13. O God, arise and uproot the uprootable and scatter the scatterable, in Jesus' name.

14. O God, write my name amongst Your champions, in the name of Jesus.

15. I shall excel; no one shall demote me, in the name of Jesus.

16. I shall have the wisdom of Solomon but not his carelessness, in the name of Jesus.

17. The fire of the enemy shall not burn me, in the name of Jesus.

18. My calling shall not become a satanic harvest, in the name of Jesus.

19. O Lord, anchor my head to final victory, in the name of Jesus.

20. Help me, O Lord, to crucify my flesh, in the name of Jesus.

21. Dark controversy over my portion, scatter, in the name of Jesus.

SECTION 5 DAY 2
(18-09-2016)

FROM INSULT TO RESULT

Scripture Reading: 1 Samuel 2

Reading through the Bible in 70 Days (Day 42-Isaiah 30:9 - 50:7)

Confession: Num 23:19 God is not a man, that he should lie; neither the son of man, that he should repent: hath he said, and shall he not do it? or hath he spoken, and shall he not make it good?

Devotional Songs (Pages 11-14)

Praise Worship

Prayer of Praise and Thanksgiving (Pages 15 & 16)

22. My pending miracles, manifest, in the name of Jesus.

23. The war of this year shall not conquer me, in the name of Jesus.

24. Works of the hands of my enemies, eat them up, in the name of Jesus.

25. Handwriting of poverty, be wiped off from my destiny, in the name of Jesus.

26. Hidden darkness, come out of my life, in the name of Jesus.

27. Thou power of God, move me forward, in the name of Jesus.

28. Dark strangers, come out with all your roots, in the name of Jesus.

29. Every satanic basket, be roasted, in the name of Jesus.

30. You, Pharaoh in my destiny, die, in the name of Jesus.

31. Every leviathan power, release my destiny, in the name of Jesus.

32. Every luggage of satan, die, in the name of Jesus.

33. Yoke-breaking power, fall upon me, in the name of Jesus.

34. Fire of God, pursue my pursuers, in the name of Jesus.

35. Power to discover my destiny, fall on me, in the name of Jesus.

36. Winds of infirmity, vanish, in the name of Jesus.

37. My prosperity, locate me, in the name of Jesus.

38. Every stronghold of backwardness, die, in the name of Jesus.

39. Power of God, fight for me, in the name of Jesus.

40. Every clock of darkness regulating my life, die, in the name of Jesus.

41. Every witchcraft attack against my star, die, in the name of Jesus.

42. Gardens of darkness, be destroyed, in the name of Jesus.

SECTION 5 DAY 3 (19-09-2016)

FROM INSULT TO RESULT

Scripture Reading: 1 Samuel 2

Reading through the Bible in 70 Days (Day 43-Isa 50:8-66:24; Jer 1:1-6:24)

Confession: Num 23:19 God is not a man, that he should lie; neither the son of man, that he should repent: hath he said, and shall he not do it? or hath he spoken, and shall he not make it good?

Devotional Songs (Pages 11-14)

Praise Worship

Prayer of Praise and Thanksgiving (Pages 15 & 16)

43. Principles of destruction, die, in the name of Jesus.

44. Holy Spirit, arise and enlarge me, in the name of Jesus.

45. Every evil tree growing in my destiny, die, in the name of Jesus.

46. Thou blood of Jesus, disgrace my Goliath, in the name of Jesus.

47. I dismantle every unconscious evil initiation, in the name of Jesus.

48. I erase every astrological signature, in the name of Jesus.

49. I bind the spirit of the roaring lion; I declare that Jesus is the Lion of the tribe of Judah, in the name of Jesus.

50. Every witchcraft robber, roast, in the name of Jesus.

51. Every curse issued by my bloodline against my marriage break, in Jesus' name.

52. O Lord, let the Holy Ghost fire burn in my chest and legs, in the name of Jesus.

53. Every evil follower, observer and contractor, receive blindness, in Jesus' name.

54. Strengthen me where I am weak, Thou God of my strength, in the name of Jesus.

55. Father, reveal to me, my exact position in Your book of miracles, in Jesus' name.

56. I recover every ground that I have lost, in the name of Jesus.

57. I bind every spirit chasing my miracles, in the name of Jesus.

58. I invite the fire of God's judgment upon all my stubborn enemies, in Jesus' name.

59. I invite the fire of God's judgment upon my stubborn and unrepentant adversaries, in the name of Jesus.

60. O Lord, let the rod of unrepentant opposition be multiplied against my enemies, in the name of Jesus.

61. O Lord, let the military angels of God slay all unrepentant witches, in Jesus' name.

62. Every power eating up God's people, be disgraced, in the name of Jesus.

63. Every stubborn demonic follower, fall into the pit, in the name of Jesus.

SECTION 5 DAY 4
(20-09-2016)

FROM INSULT TO RESULT

Scripture Reading: 1 Samuel 2

Reading through the Bible in 70 Days (Day 44- Jeremiah 6:25-25:23)

Confession: Num 23:19 God is not a man, that he should lie; neither the son of man, that he should repent: hath he said, and shall he not do it? or hath he spoken, and shall he not make it good?

Devotional Songs (Pages 11-14)

Praise Worship

Prayer of Praise and Thanksgiving (Pages 15 & 16)

64. Household wickedness, obey the judgment of God and fall into the pit of hell, in the name of Jesus.

65. I quench every satanic smell, rottenness, hospital and death, in the name of Jesus.

66. Every satanic priesthood manipulating my destiny, be disgraced, in Jesus' name.

67. I dethrone all human and satanic princes that are assigned to cage me, in the name of Jesus.

68. My Father, I am tired of being harassed, arise and fight for me, in Jesus' name.

69. I am fed up with being harassed. O Lord, deliver me now, in the name of Jesus.

70. Strongmen of evil cycle and strongmen of stagnancy, die, in the name of Jesus.

71. O God of signs and wonders, arise and move in Your power to assist me, in the name of Jesus.

72. Every spirit behind my problems, be arrested, in the name of Jesus.

73. I claim the favour of cancelled debts, in the name of Jesus.

74. Satanic prophets summoning my spirit, receive madness, in the name of Jesus.

75. Satanic siren scaring away my prosperity and my helpers, shut up, in Jesus' name.

76. Every power of useless investments, die, in the name of Jesus.

77. Anything buried to harm my destiny, catch fire, in the name of Jesus.

78. O God of signs and wonders, appear in my situation by fire, in the name of Jesus.

79. Fingers of the wicked harassing my breakthrough, wither, in the name of Jesus.

80. O God, arise, hiss over my enemies, in the name of Jesus.

81. Every vampire power assigned against me, die, in the name of Jesus.

82. Thunder of God, arise and waste my enemies, in the name of Jesus.

83. Thou power of the strongman blocking my chances, die, in the name of Jesus.

84. Power of delayed blessings, die, in the name of Jesus.

SECTION 5 DAY 5
(21-09-2016)

FROM INSULT TO RESULT

Scripture Reading: 1 Samuel 2

Reading through the Bible in 70 Days (Day 45-Jeremiah 25:24-43:4)

Confession: Num 23:19 God is not a man, that he should lie; neither the son of man, that he should repent: hath he said, and shall he not do it? or hath he spoken, and shall he not make it good?

Devotional Songs (Pages 11-14)

Praise Worship

Prayer of Praise and Thanksgiving (Pages 15 & 16)

85. Every power that wants me to labour in vain, die, in the name of Jesus.

86. My investments, arise, yield great profits, in the name of Jesus.

87. Angels of circumcision, arise, cut off infirmities attached to me, in Jesus' name.

88. Breakthrough power, success power, dominion power, locate me by fire, in the name of Jesus.

89. My life, arise, capture your glory, in the name of Jesus.

90. My life, arise, embrace uncommon favour, in the name of Jesus.

91. Holy Ghost fire, arise, kill my problems, in the name of Jesus.

92. Holy Ghost fire, Holy Ghost thunder, pursue the pursuers of darkness assigned against me, in the name of Jesus.

93. Strangers of darkness in my life, come out by fire, in the name of Jesus.

94. Wicked arrows of the night, come out by fire and by thunder, in the name of Jesus.

95. Every wicked plantation in my body, be uprooted, in the name of Jesus.

96. Every owner of evil load in my body, carry your evil load, in the name of Jesus.

97. Internal battles against my breakthroughs, die, in the name of Jesus.

98. Every unconscious plantation of darkness, come out, in the name of Jesus.

99. Every herbal power contesting with my breakthroughs, die, in the name of Jesus.

100. Arrows of envious witchcraft, come out now, in the name of Jesus.

101. I recover my clothes from any witchcraft manipulation in the name of Jesus.

102. Anointing to pray to be heard and be blessed, come upon my life, in Jesus' name.

103. Every power of unconscious spiritual marriage, die, in the name of Jesus.

104. Every herbal power working against my destiny, die, in the name of Jesus.

105. Fire of God, separate me from inherited darkness, in the name of Jesus.

SECTION 5 DAY 6
(22-09-2016)

FROM INSULT TO RESULT

Scripture Reading: 1 Samuel 2

Reading through the Bible in 70 Days (Day 46- Jeremiah 43:5-52:34; Lamentations 1:1-5:3)

Confession: **Num 23:19 God is not a man, that he should lie; neither the son of man, that he should repent: hath he said, and shall he not do it? or hath he spoken, and shall he not make it good?**

Devotional Songs (Pages 11-14)

Praise Worship

Prayer of Praise and Thanksgiving (Pages 15 & 16)

106. Sudden destruction, come upon all powers hindering my breakthroughs, in the name of Jesus.

107. My life, become a destructive battle axe in the hands of the Lord against darkness, in the name of Jesus.

108. Every satanic miracle diverting my dreams and visions, die, in the name of Jesus.

109. Divine whirlwind, visit all multiple strongmen assigned against me, in the name of Jesus.

110. Every mantle of darkness in my life, roast, in the name of Jesus.

111. Every rage of the spoiler, be quenched, in the name of Jesus.

112. Holy Ghost, connect me to signs and wonders, in the name of Jesus.

113. Dark masquerades, die, in the name of Jesus.

114. Every umbrella of darkness, be roasted, in the name of Jesus.

115. Every power that summoned me for evil, answer your own summon, in the name of Jesus.

116. I trample upon every fetish power targeted at me, in the name of Jesus.

117. Every power of limitation, die by fire, in the name of Jesus.

118. Environmental witchcraft, scatter, in the name of Jesus.

119. Every power of 'almost there', release me, in the name of Jesus.

120. Holy Ghost, awake to my plight, in the name of Jesus.

121. Every ancestral curse of poverty, break, in the name of Jesus.

122. Every limitation imposed by darkness upon my breakthroughs, break, in the name of Jesus.

123. Every wall built to block my prosperity, fall down flat like the wall of Jericho, in the name of Jesus.

124. Every power dispatched from hell to frustrate me, be wasted, in Jesus' name.

125. O Lord, open new doors of promotion and favour unto me, in the name of Jesus.

126. I separate my life from any tree growing against me, in the name of Jesus.

SECTION 5 DAY 7
(23-09-2016)

FROM INSULT TO RESULT

Scripture Reading: 1 Samuel 2

Reading through the Bible in 70 Days (Day 47-Lamentations 5:4-5:22; Ezekiel 1:1 - 19:8)

Confession: Num 23:19 God is not a man, that he should lie; neither the son of man, that he should repent: hath he said, and shall he not do it? or hath he spoken, and shall he not make it good?

Devotional Songs (Pages 11-14)

Praise Worship

Prayer of Praise and Thanksgiving (Pages 15 & 16)

127. O Lord, send me as a god to demolish my Pharaoh, in the name of Jesus.

128. O Lord, let my prayers subdue the network of witchcraft of my father's house, in the name of Jesus.

129. O God, redirect Your programme, if necessary, to give me uncommon success, in the name of Jesus.

130. My destiny sitting by the roadside, get up and get into the highway, in the name of Jesus.

131. Any Joseph's pit limiting my advancement, release me, in the name of Jesus.

132. Every pit in which my life has long been imprisoned, O God, arise and pull me out of it, in the name of Jesus.

133. My prayers, draw the attention of Jesus to me, in the name of Jesus.

134. Every dragon attacking me from the sea, die, in the name of Jesus.

135. O fire of God, swallow every darkness in my life, in the name of Jesus.

136. Every seed of darkness in my life, die, by the power of God, in the name of Jesus.

137. O Lord, rebuild Your altar in my body, in the name of Jesus.

138. My lost glory, be restored, in the name of Jesus.

139. I will become what the enemy says I will not become, in the name of Jesus.

140. O Lord, sprinkle Your living waters over me, in the name of Jesus.

141. My Father, still the storm troubling my life, in the name of Jesus.

142. Power of God, dissolve every evil manifestation around me, in the name of Jesus.

143. Every shell of affliction, break, in the name of Jesus.

144. Every negative atmosphere around me, scatter, in the name of Jesus.

145. I walk out of my shadows into my breakthroughs, in the name of Jesus.

146. O Lord, let me walk in the place of living waters, in the name of Jesus.

147. O Lord, I step into the mountain of Your help, in the name of Jesus.

SECTION 5 DAY 8
(24-09-2016)

FROM INSULT TO RESULT

Scripture Reading: 1 Samuel 2

Reading through the Bible in 70 Days (Day 48- Ezekiel 19:9 - 34:20)

Confession: Num 23:19 God is not a man, that he should lie; neither the son of man, that he should repent: hath he said, and shall he not do it? or hath he spoken, and shall he not make it good?

Devotional Songs (Pages 11-14)

Praise Worship

Prayer of Praise and Thanksgiving (Pages 15 & 16)

148. Evil hands pointing at me, dry up, in the name of Jesus.

149. Angels of breakthroughs, encamp around me, in the name of Jesus.

150. Every gate of water spirit allocated to trouble my destiny, catch fire, in the name of Jesus.

151. Every wicked agenda for my life, be annulled, in the name of Jesus.

152. My blood, kill every disease targeted at you, in the name of Jesus.

153. I withdraw my virtues from the camp of spiritual traders, in the name of Jesus.

154. Every evil river in my place of birth, release my virtue, in the name of Jesus.

155. I decree civil war in the camp of my stubborn enemies, in the name of Jesus.

156. You spirit of the prince of the air, I cast you out of my progress, in Jesus' name.

157. Every darkness in me, vanish, in the name of Jesus.

158. Every poison programmed into my body, come out now, in the name of Jesus.

159. I hate everything that God hates, in the name of Jesus.

160. Legions of warring angels, attack the camp of my enemies, in Jesus' name.

161. O Lord, loose Your powers to fight a mighty battle on my behalf, in Jesus' name.

162. I command civil war among my foundational problems, in the name of Jesus.

163. Every evil door opened from evil contacts, be closed, in the name of Jesus.

164. I destroy the legal hold of the enemy, in the name of Jesus.

165. I crush and flatten the heads of serpentine spirits, in the name of Jesus.

166. O Lord, write "Jesus is Lord" on the forehead of my enemies, in Jesus' name.

167. Angels of the Lord, cut stubborn demons to pieces and scatter the pieces over the dry places, in the name of Jesus.

168. I use the tongue of men and angels to expel bad spirits, in the name of Jesus.

SECTION 5 DAY 9
(25-09-2016)

FROM INSULT TO RESULT

Scripture Reading: 1 Samuel 2

Reading through the Bible in 70 Days (Day 49-Ezekiel 34:21-48:35; Daniel 1:1 - 2:19)

Confession: Num 23:19 God is not a man, that he should lie; neither the son of man, that he should repent: hath he said, and shall he not do it? or hath he spoken, and shall he not make it good?

Devotional Songs (Pages 11-14)

Praise Worship

Prayer of Praise and Thanksgiving (Pages 15 & 16)

169. Every evil assignment against me by powers in the heavenlies, be terminated, in the name of Jesus.

170. Evil forces, I terminate your assignments in my life, in the name of Jesus.

171. I crush all spiritual, physical and mental rebellion, in the name of Jesus.

172. By the unending power in the blood of Jesus, I rebuke all satanic rituals targeted at me, in the name of Jesus.

173. I cut myself free from all inherited weaknesses, in the name of Jesus.

174. Inherited acceptance of pre-programmed poverty, break, in the name of Jesus.

175. Every local satanic supervision, fall down and die, in the name of Jesus.

176. O Lord, roar into the camp of my oppressors and destroy them, in Jesus' name.

177. O Lord, give Your angels invasion orders on my behalf, in the name of Jesus.

178. I tear down the stronghold of satan, in the name of Jesus.

179. I smash the plans of satan against my life, in the name of Jesus.

180. O Lord, promote me into Your power house, in the name of Jesus.

181. Lord, I touch You today. Release Your power upon my life, in the name of Jesus.

182. My buried Lazarus, come forth, in the name of Jesus.

183. Wherever the enemy is taking cover, be exposed, catch fire, in the name of Jesus.

184. I claim surplus miracles, in the name of Jesus.

185. I sack every satanic checkpoint mounted against my success, in Jesus' name.

186. I declare every barrier of the enemy illegal, in the name of Jesus.

187. O God, shock my enemies, in the name of Jesus.

188. Let Your altar favour me, in the name of Jesus.

189. I overthrow every evil contract against my breakthrough, in the name of Jesus.

SECTION 5 DAY 10
(26-09-2016)

FROM INSULT TO RESULT

Scripture Reading: 1 Samuel 2

Reading through the Bible in 70 Days (Day 50-Daniel 2:20-12:13; Hosea 1:1-9:13)

Confession: Num 23:19 God is not a man, that he should lie; neither the son of man, that he should repent: hath he said, and shall he not do it? or hath he spoken, and shall he not make it good?

Devotional Songs (Pages 11-14)

Praise Worship

Prayer of Praise and Thanksgiving (Pages 15 & 16)

190. Every evil vehicle jamming answers to my prayers, roast, in the name of Jesus.

191. I shake down the seat of darkness in the heavens, in the name of Jesus.

192. I revoke the extension of evil human government to my business and property, in the name of Jesus.

193. Anyone who has used dust against me, I terminate the extension of your government, in the name of Jesus.

194. Every sorcerer in my place of work/business/studies, I turn the battle against you, in the name of Jesus.

195. By the power of the living God, no witch or wizards shall prosper in my place of work/business/studies, in the name of Jesus.

196. Every kidnapping spirit, I rebuke you by thunder, in the name of Jesus.

197. I decree and declare great casualty upon witches and wizards assigned to trouble my life, in the name of Jesus.

198. O Lord, let the sorrows of those burning strange fire against me be multiplied, in the name of Jesus.

199. O Lord, let the night carry terror and anger against all enemies of my destiny, in the name of Jesus.

200. O Lord, let storms of judgement gather against my enemies, in Jesus' name.

201. Let my prayers become earthquakes and storms in the camp of my enemies, in the name of Jesus.

202. O Lord, tonight, shoot Your arrows at my enemies, in the name of Jesus.

203. O Lord, gather storms to break my yokes, in the name of Jesus.

204. O Lord, let heavenly storms of healing gather against my sickness, in the name of Jesus.

205. O Lord, let heavenly storms of judgement gather against all evil conspiracies against me, in the name of Jesus.

206. O Lord, let destructive storms pursue those conspiring against my promotion, in the name of Jesus.

207. O God, arise and command my enemies to fight themselves, in Jesus' name.

208. From today, every unrepentant witchcraft practitioner troubling my life shall die, in the name of Jesus.

209. O Lord, let the night gather its strength against my enemies, in Jesus' name

210. My enemies shall gather; but their wealth shall be transferred to me, in the name of Jesus.

SECTION CONFESSIONS

God is not a man that He should lie, nor the son of man that He should repent of any of His pronouncements. Every promise of God for my life will surely come to pass, in the name of Jesus. The Lord will make His face to shine upon me always, and shall be gracious unto me. His light will shine on my path and His favour will encompass me all the days of my life.

Associate yourselves, O ye people, and ye shall be broken in pieces, and give ear all ye of far countries; gird yourselves, and ye shall be broken in pieces. Take counsel together, and it shall come to nought; speak the word, and it shall not stand; for God is with me. When I call upon the name of the Lord, He shall stretch forth His mighty hand and lift me up, above all my enemies and deliver me from all of them, in Jesus' name.

SECTION VIGIL

(To be done at night between the hours of 12 midnight and 2am)

HYMN FOR THE VIGIL (Page 14)

1. Any door, that I have opened to witchcraft in any area of my life, be closed by the blood of Jesus.

2. I revoke every witchcraft verdict on my marital life, in the name of Jesus.

3. I send confusion into the camp of household witchcraft, in the name of Jesus.

4. Stubborn witchcraft, release me, in the name of Jesus.

5. Every witchcraft power working against my destiny, fall down and die, in Jesus' name.

6. I destroy every agreement made at covens and satanic centers against me, in the name of Jesus.

7. Every secret code, evil registers and archives of the enemy in my place of birth, roast, in the name of Jesus.

8. Every agent of death buried inside my body, come out and die, in Jesus' name.

9. All negative words that have been spoken against me by evil men, die, in the name of Jesus.

10. Every certificate of untimely death issued against my life, catch fire, in Jesus' name.

11. Every incantation, ritual and witchcraft power against my destiny, fall down and die, in the name of Jesus.

12. I break the power of the occult, witchcraft and familiar spirits over my life, in Jesus' name.

13. Witchcraft opposition, receive the rain of affliction, in the name of Jesus.

14. I cancel, every witchcraft verdict, against my life, in Jesus' name.

15. Every arrow of witchcraft in my life: Come out with all your roots, in the name of Jesus! (Lay your hands on your stomach and pray aggressively.)

16. O God, arise and cast abominable filth upon witches and wizards and set them as gazing stock, in the name of Jesus.

17. O Lord, let the tables of witches and wizards become snares unto them, in Jesus' name.

18. Every gate of death assigned to swallow me, swallow your owner, in Jesus' name.

19. All evil records, evil marriage certificates and registers that are kept in satanic archives against me, be wiped off by the blood of Jesus.

20. Every witchcraft pot, remotely controlling my health, break, into pieces, in Jesus' name.

21. I rebuke the spell of any witchcraft pot from my neck, in the name of Jesus.

SECTION 6 DAY I
(27-09-2016)

FROM OPPOSITION TO OPPORTUNITY AND OPEN DOORS

Scripture Reading: John 9

Reading through the Bible in 70 Days (Day 51-Hos 9:14-14:9; Joel 1:1-3:21; Amos 1:1-9:15; Obad 1:1-1:21; Jon 1:1-4:11; Mic 1:1-7:1)

Confession: Ecc 3:14 I know that, whatsoever God doeth, it shall be for ever: nothing can be put to it, nor any thing taken from it: and God doeth it, that men should fear before him.

Devotional Songs (Pages 11-14)

Praise Worship

Prayer of Praise and Thanksgiving (Pages 15 & 16)

1. Any material from which my enemies are drawing power, turn against them, in the name of Jesus.

2. I refuse to be programmed against my divine destiny, in the name of Jesus.

3. My vicinity, refuse to cooperate with night raiders, in the name of Jesus.

4. O Lord, let the armour and protection over my enemies wither, in Jesus' name.

5. I receive the covenant of long life to out-live my enemies, in the name of Jesus.

6. I receive empowerment from heaven to rule over my enemies, in the name of Jesus.

7. O Lord, usher me into great wealth, in the name of Jesus.

8. I break every intimidation of the wicked, in the name of Jesus.

9. Every altar keeping any problem alive in my life, I curse you, in the name of Jesus.

10. I take away desolation from my life, in the name of Jesus.

11. I wipe out the relevance of my enemy, in the name of Jesus.

12. O Lord, let Your angels be provoked against evil doers, in the name of Jesus.

13. My life, you will not fulfil the purpose of satan, in the name of Jesus.

14. Every accusation coming from my root, be dissolved by fire, in the name of Jesus.

15. O Lord, let the blood of Jesus wipe away wicked accusations from my body, in the name of Jesus.

16. O Lord, let my street turn against my oppressors, in the name of Jesus.

17. Good gates closed against me, open by fire, in the name of Jesus.

18. You yokes holding me back, break, in the name of Jesus.

19. My story must change to glory, in the name of Jesus.

20. O God, arise and permanently stop my tears, in the name of Jesus.

21. If I will cry, it will be a cry of joy, in the name of Jesus.

SECTION 6 DAY 2 (28-09-2016)

FROM OPPOSITION TO OPPORTUNITY AND OPEN DOORS

Scripture Reading: John 9

Reading through the Bible in 70 Days (Day 52- Micah 7:2-7:20; Nahum 1:1-3:19; Habakkuk 1:1- 3:19; Zephaniah 1:1- 3:20; Haggai 1:1-2:23; Zechariah 1:1-14:21; Malachi 1:1-2:6)

Confession: Ecc 3:14 I know that, whatsoever God doeth, it shall be for ever: nothing can be put to it, nor any thing taken from it: and God doeth it, that men should fear before him.

Devotional Songs (Pages 11-14)

Praise Worship

Prayer of Praise and Thanksgiving (Pages 15 & 16)

22. Satanic blanket covering my glory, catch fire, in the name of Jesus.

23. Every power gathered to disgrace me, I grind you into powder and scatter you into the desert, in the name of Jesus.

24. I uproot all obstacles to my testimony, in the name of Jesus.

25. O God, arise and do what will make men notice You in my life, in the name of Jesus.

26. Curse of seeing good things but not obtaining them, backfire, in the name of Jesus.

27. My cup of breakthroughs, run over, in the name of Jesus.

28. By the mercy of the living God, I shall not miss my divine allocation, in Jesus' name.

29. My divine provision, locate me, in the name of Jesus.

30. Every evil label assigned to my life, blood of Jesus, flush it out, in the name of Jesus.

31. I shall obtain practical awesome results, in the name of Jesus.

32. This year, I shall be for signs and wonders, in the name of Jesus.

33. This year, I shall talk less and testify more, in the name of Jesus.

34. This year, I shall taste the awesome power of God in every aspect of my life, in the name of Jesus.

35. This year shall be my year of dominion favour and divine acceleration, in the name of Jesus.

36. The God that made Abraham to testify shall secure my testimonies, in the name of Jesus.

37. The Lord that caused Daniel to be celebrated shall secure my celebration, in the name of Jesus.

38. The Lord that destroyed the garment of shame assigned to blind Barthemaeus shall secure my breakthrough, in the name of Jesus.

39. O Lord, put to shame every stranger assigned against my life this year, in the name of Jesus.

40. This year, I shall have dominion favour and divine acceleration, in Jesus' name.

41. My testimonies shall be awesome, because they cannot be explained, in Jesus' name.

42. This is my year, by the power in the blood of Jesus, in the name of Jesus.

SECTION 6 DAY 3 (29-09-2016)

FROM OPPOSITION TO OPPORTUNITY AND OPEN DOORS

Scripture Reading: John 9

Reading through the Bible in 70 Days (Day 53- Malachi 2:7-4:7; Matthew 1:1-13:13)

Confession: Ecc 3:14 I know that, whatsoever God doeth, it shall be for ever: nothing can be put to it, nor any thing taken from it: and God doeth it, that men should fear before him.

Devotional Songs (Pages 11-14)

Praise Worship

Prayer of Praise and Thanksgiving (Pages 15 & 16)

43. By the power in the blood of Jesus, I will sing my song and dance my dance, in the name of Jesus.

44. I shall have more than enough in 2017; I shall not want, in the name of Jesus.

45. I declare that my season of uncommon breakthroughs has come, in Jesus' name.

46. My ways shall not be stagnant this year, in the name of Jesus.

47. I shall sing a new song and dance a new dance, in the name of Jesus.

48. This year, the uncommon and the unusual breakthroughs shall be my testimony,

in Jesus' name.

49. This year I shall pursue, overtake and recover all lost possessions, in Jesus' name.

50. This year Jehovah shall arise in anger and fight for me, in the name of Jesus.

51. By the grace of God, my expectations shall not be cut off, in the name of Jesus.

52. The Lord shall laminate me with the blood of Jesus this year, in the name of Jesus.

53. I shall tread on every serpent of poverty this year, in the name of Jesus.

54. Any power assigned to kill me this year shall kill itself, in the name of Jesus.

55. This year no one shall say to me: "sorry, come next time", in the name of Jesus.

56. I shall be an eagle of God this year, in the name of Jesus.

57. The Lord shall sanitize my environment for dominion prosperity this year, in the name of Jesus.

58. I shall not wear the garment of sorrow this year, in the name of Jesus.

59. This year any wicked power on any journey to waste my life, will not come back, in the name of Jesus.

60. This shall be my year of definite destiny revolution and positive change, in the name of Jesus.

61. This year the wicked power attempting to toy with my destiny shall be wiped off, in the name of Jesus.

62. This year I will be a champion and not a casualty, in the name of Jesus.

63. This year shall be my year of multiple celebrations and positive manifestations, in the name of Jesus.

SECTION 6 DAY 4
(30-09-2016)

FROM OPPOSITION TO OPPORTUNITY AND OPEN DOORS

Scripture Reading: John 9

Reading through the Bible in 70 Days (Day 54- Matthew 13:14 - 24:39)

Confession: Ecc 3:14 I know that, whatsoever God doeth, it shall be for ever: nothing can be put to it, nor any thing taken from it: and God doeth it, that men should fear before him.

Devotional Songs (Pages 11-14)

Praise Worship

Prayer of Praise and Thanksgiving (Pages 15 & 16)

64. This year any labour of my enemy will receive double failure, in the name of Jesus.

65. No uncomfortable circumstance shall disrupt my life this year, in the name of Jesus.

66. This year I shall not answer the call of evil spirits, in the name of Jesus.

67. This year the Lord shall make me a candidate of supernatural surprises, in the name of Jesus.

68. This year my God shall arise and restore my past losses, in the name of Jesus.

69. Any evil meeting summoned against my destiny this year shall receive double confusion, in the name of Jesus.

70. The Lord shall increase the speed of my progress this year, in the name of Jesus.

71. This year I cancel death; I cancel sorrow; I cancel premature death, in Jesus' name.

72. This year I must not fail; I shall not fail, in the name of Jesus.

73. My Father, cause this year to be my year of jubilee and rejoicing, in Jesus' name.

74. Every gang-up against my destiny this year shall scatter, in the name of Jesus.

75. This year God shall arise and make me a mysterious wonder, in the name of Jesus.

76. This year every exit from anything becomes an entry into a better one for me, in the name of Jesus.

77. This year every loss shall become a gain for me, in the name of Jesus.

78. What others call a problem shall become a promotion for me, in the name of Jesus.

79. Any power that is against my existence this year shall die after the order of Haman, in the name of Jesus.

80. The law behind my stubborn wall, be annulled, in the name of Jesus.

81. Every law tormenting me, ail, in the name of Jesus.

82. Every law contrary to the word of God, break, in Jesus' name.

83. You tormentor, be disengaged from my life, in the name of Jesus.

84. Every Senacherib against me, fall by your sword, in the name of Jesus.

SECTION 6 DAY 5
(01-10-2016)

FROM OPPOSITION TO OPPORTUNITY AND OPEN DOORS

Scripture Reading: John 9

Reading through the Bible in 70 Days (Day 55-

Matthew 24:40 - 28:20; Mark 1:1 - 6:33)

Confession: Ecc 3:14 I know that, whatsoever God doeth, it shall be for ever: nothing can be put to it, nor any thing taken from it: and God doeth it, that men should fear before him.

Devotional Songs (Pages 11-14)

Praise Worship

Prayer of Praise and Thanksgiving (Pages 15 & 16)

85. O Lord, let the fire of God answer the fire of the enemy; and the God that answereth by fire, let Him be God, in the name of Jesus.

86. O Lord, let my enemies be electrocuted, in the name of Jesus.

87. O Lord, let Your hunters deal with witchcraft powers in my father's house, in the name of Jesus.

88. Lord, let Your wasters waste my enemies, in the name of Jesus.

89. Lord, let Your wasters fight my devourers, in the name of Jesus.

90. O Lord, release fire to go before me and burn the challenger of my soul, in the name of Jesus.

91. I will become God's promotion, in the name of Jesus.

92. O Lord, let every principle of heaven for my life take root, in the name of Jesus.

93. O Lord, protect my portion, in the name of Jesus.

94. I will prevail in the days of testing, in the name of Jesus.

95. Any evil conjured against me, vanish, in the name of Jesus.

96. O Lord, let Your glory speak for me today, in the name of Jesus.

97. Fear of my God, fall upon me, in the name of Jesus.

98. Let the wicked that are oppressing me destroy themselves, in the name of Jesus.

99. O Lord, release unto me the angels of power, in the name of Jesus.

100. O Lord, let the power of my God fight for me, in the name of Jesus.

101. O Lord, let Your power establish my promotion, in the name of Jesus.

102. O Lord, change my identity, in the name of Jesus.

103. I call down the judgement of God upon every dark power assigned to donate my life, in the name of Jesus.

104. I bind every power of astral attack assigned against me, in the name of Jesus.

105. Every yoke of satan, break, in the name of Jesus.

FROM OPPOSITION TO OPPORTUNITY

SECTION 6 DAY 6
(02-I0-2016)

AND OPEN DOORS

Scripture Reading: John 9

Reading through the Bible in 70 Days (Day 56-
Mark 6:34 - 16:11)

Confession: Ecc 3:14 I know that, whatsoever God doeth, it shall be for ever: nothing can be put to it, nor any thing taken from it: and God doeth it, that men should fear before him.

Devotional Songs (Pages 11-14)

Praise Worship

Prayer of Praise and Thanksgiving (Pages 15 & 16)

106. O Lord, honour me with the provisions of heaven, in the name of Jesus.

107. O God, arise and let every witchcraft in my house scatter, in the name of Jesus.

108. I execute judgment against their activities, in the name of Jesus.

109. O Lord, anoint my tongue to prosper, in the name of Jesus.

110. Every good thing I touch will prosper and become a harvest, in the name of Jesus.

111. I receive the mantle to harvest good things, in the name of Jesus.

112. O Lord, apportion all my portions to me, in the name of Jesus.

113. You the altar of God, shake up the camp of my enemies, in the name of Jesus.

114. My portion, you shall not be mistakenly carried away with the wind, in Jesus' name.

115. Whoever owes me, repay me now, the name of Jesus.

116. O God, let Your messengers of prosperity visit me at home, in the name of Jesus.

117. O Lord, make me matter for eternity, in the name of Jesus.

118. O Lord, fashion me into a useful vessel for You , in the name of Jesus.

119. O Lord, let my words carry divine fire, in the name of Jesus.

120. O Lord, take Your place as the Lord in my life, in the name of Jesus.

121. O Lord, send help to me from above, in the name of Jesus.

122. Every priest and evangelist of satan, fall down and die, in the name of Jesus.

123. I suspend every mystery of oppression working around me, in the name of Jesus.

124. Destiny swallowers, vomit my destiny, in the name of Jesus.

125. Any twin brother/sister collecting my blessings in the spirit, release the blessings to me, in the name of Jesus.

126. I recover my stolen vehicle of destiny, in the name of Jesus.

SECTION 6 DAY 7
(03-10-2016)

FROM OPPOSITION TO OPPORTUNITY AND OPEN DOORS

Scripture Reading: John 9

Reading through the Bible in 70 Days (Day 57-Mark 16:12 - 16:20; Luke 1:1 - 9:27)

Confession: Ecc 3:14 I know that, whatsoever God doeth, it shall be for ever: nothing can be put to it, nor any thing taken from it: and God doeth it, that men should fear before him.

Devotional Songs (Pages 11-14)

Praise Worship

Prayer of Praise and Thanksgiving (Pages 15 & 16)

127. O Lord, I must touch the helm of Your garment today, in the name of Jesus.

128. O heavens, O earth, vomit every bewitchment against me, in the name of Jesus.

129. Every conference of darkness summoned against my destiny, scatter, in the name of Jesus.

130. Every satanic letter, go back to your sender, in the name of Jesus.

131. I declare war against stubborn pursuers, in the name of Jesus.

132. Anything planted in me by evil remote control, come out now, in Jesus' name.

133. You hidden arrows of wickedness, come out now, in the name of Jesus.

134. Every broom and pot of darkness assigned against my life, be roasted, in the name of Jesus.

135. O Lord, let the armies of heaven wage war against my oppressor, in Jesus' name.

136. I shake off every invisible attachment, in the name of Jesus.

137. Coffins of darkness, swallow your owners, in the name of Jesus.

138. I send the arrow of blackout to the camp of my enemies, in the name of Jesus.

139. Hell, vomit everything you have stolen from me, in the name of Jesus.

140. I bind and cast out powers in charge of constant attacks and pains, in the name of Jesus.

141. O Lord, offload satanic burdens from me by fire, in the name of Jesus.

142. Every satanic certificate of ownership, roast, in the name of Jesus.

143. All my buried abilities, come forth, in the name of Jesus.

144. Every yoke upon my flesh, break, in the name of Jesus.

145. O Lord, let God repair my life, in the name of Jesus.

146. You spirit of death, you shall not overtake me, in the name of Jesus.

147. O Lord, let heavens break my yoke, in the name of Jesus.

SECTION 6 DAY 8 (04-10-2016)

FROM OPPOSITION TO OPPORTUNITY AND OPEN DOORS

Scripture Reading: John 9

Reading through the Bible in 70 Days (Day 58- Luke 9:28 - 19:41)

Confession: Ecc 3:14 I know that, whatsoever God doeth, it shall be for ever: nothing can be put to it, nor any thing taken from it: and God doeth it, that men should fear before him.

Devotional Songs (Pages 11-14)

Praise Worship

Prayer of Praise and Thanksgiving (Pages 15 & 16)

148. You demons of my father's house, I disgrace your attack by the blood of Jesus, in the name of Jesus.

149. O earth, vomit every wickedness against me, in the name of Jesus.

150. I destroy the communication gadgets of darkness used against my life, in the name of Jesus.

151. O Lord, let my portions come from heaven, in the name of Jesus.

152. O Lord, show my soul mercy, in the name of Jesus.

153. Strange spiritual garments, fall off from my body, in the name of Jesus.

154. You tormenting affliction, the Lord rebukes you, in the name of Jesus.

155. Like the rising of the sun, O God of wonders, arise in my life, in Jesus' name.

156. The glory of my rising shall not diminish, in the name of Jesus.

157. Power of God, consume every hindrance to my breakthroughs, in Jesus' name.

158. Stubborn yokes assigned to my life, fall away, in the name of Jesus.

159. Anxiety assigned to my life, be terminated, in the name of Jesus.

160. Burdens assigned to my life, fall away, in the name of Jesus.

161. Divine restoration, arise; locate me, in the name of Jesus.

162. Everything the enemy has stolen from my life, I recover them, in Jesus' name.

163. Powers behind my oppression, die, in the name of Jesus.

164. Fire from the mouth of the Lord, consume negative situations surrounding me, in the name of Jesus.

165. Arrows of infirmity, break off from my flesh, in the name of Jesus.

166. Desolation powers assigned to steal from me, die, in the name of Jesus.

167. Evil shadows enveloping my life, clear away, in the name of Jesus.

168. Affliction from the dragon, break away, in the name of Jesus.

SECTION 6 DAY 9
(05-10-2016)

FROM OPPOSITION TO OPPORTUNITY AND OPEN DOORS

Scripture Reading: John 9

Reading through the Bible in 70 Days (Day 59-

Luke 19:42 - 24:53; John 1:1 - 5:6)

Confession: Ecc 3:14 I know that, whatsoever God doeth, it shall be for ever: nothing can be put to it, nor any thing taken from it: and God doeth it, that men should fear before him.

Devotional Songs (Pages 11-14)

Praise Worship

Prayer of Praise and Thanksgiving (Pages 15 & 16)

169. O Lord, let evil covenant break off from my finances, in the name of Jesus.

170. Water of affliction, dry up, in the name of Jesus.

171. Jesus Christ, the Son of God, come into my family, in the name of Jesus.

172. O Lord, with Your refining soap, refine the destiny of my family, in Jesus' name.

173. Fountain of sickness afflicting me and my family, dry up, in the name of Jesus.

174. O Lord, stir my waters into dumbfounding breakthroughs, in the name of Jesus.

175. O Lord, help me to step into the waters of life and be healed, in Jesus' name.

176. O Lord, let the glory of God descend into my dwelling, in the name of Jesus.

177. O Lord, incubate my life with Your spirit, in the name of Jesus.

178. Everything that has wounded my life, be wounded, in the name of Jesus.

179. Everything that brings me pain, be terminated, in the name of Jesus.

180. I silence the mouth of the devourer, in the name of Jesus.

181. My destiny, jump out of every evil control, in the name of Jesus.

182. Every hindrance against me in the air, I cast you out, in the name of Jesus.

183. Every obstruction to my breakthroughs, clear away, in the name of Jesus.

184. I destroy satanic contention for my destiny, in the name of Jesus.

185. Satanic tension and pressure, disappear, in the name of Jesus.

186. My life, receive the energy of the Lord, in the name of Jesus.

187. Agents of afflictions, swallow your afflictions, in the name of Jesus.

188. Every evil power attending meetings daily for my sake, be blindfolded, in the name of Jesus.

189. I release the stones of fire upon every Goliath of my father's house, in the name of Jesus.

SECTION 6 DAY 10
(06-10-2016)

FROM OPPOSITION TO OPPORTUNITY AND OPEN DOORS

Scripture Reading: John 9

Reading through the Bible in 70 Days (Day 60- John 5:7 - 13:30)

Confession: Ecc 3:14 I know that, whatsoever God doeth, it shall be for ever: nothing can be put to it, nor any thing taken from it: and God doeth it, that men should fear before him.

Devotional Songs (Pages 11-14)

Praise Worship

Prayer of Praise and Thanksgiving (Pages 15 & 16)

190. Every evil power attending meeting daily for my sake, I chain you to your place of meeting, in the name of Jesus.

191. Frustrations that keep my eagle down, die, in the name of Jesus.

192. My head, be lifted up above the power of frustration, in the name of Jesus.

193. Rod of God's anger, arise against the troublers of my destiny, in Jesus' name.

194. Ancestral flow of frustration on my life, I stop you, in the name of Jesus.

195. Altars of wickedness causing me frustration, be roasted, in the name of Jesus.

196. All ancestral debt collectors forcing me to pay for what I did not buy, die, in the name of Jesus.

197. My Father, my Father, my Father, shower upon me breakthroughs that swallow up frustration, in the name of Jesus.

198. Every sorrow afflicting my possessions, be consumed without any trace, in the name of Jesus.

199. Avengers of the past, be silenced, in the name of Jesus.

200. Every heart of stone lifted against me, be shattered, in the name of Jesus.

201. Every enchantment assigned to cause my downfall, die, in the name of Jesus.

202. Any satanic visitation in my dreams that has wasted my possession, die, in the name of Jesus.

203. Every eater of good things in my life, die, in the name of Jesus.

204. By the mercy of God, sudden destruction will not be my lot, in the name of Jesus.

205. My portion shall not be given to another, in the name of Jesus.

206. Every King Uzziah sitting on the throne of God in my life, die, in Jesus' name.

207. Evil shoes of my parents will not size my feet, in the name of Jesus.

208. Any blind evil covenant binding on me, break, in the name of Jesus.

209. I break the power of sorcery working against me, in the name of Jesus.

210. Every grip of satanic influence, break, in the name of Jesus.

SECTION CONFESSIONS

Behold, all that are incensed against me, shall be ashamed and confounded: they shall be as nothing; and they that strive with me, shall perish. I shall seek them, and shall not find them, even they that contend with me. They that war against me, shall be as nothing. No weapon, that is fashioned against me shall prosper, and every tongue that rises up against me is already condemned, in the name of Jesus. The sons of those who afflicted me, shall come bending low to me; and all those who despised me shall bow down at my feet, in the name of Jesus.

When the enemy sees the blood, they shall pass over; destroyers will not be able to enter into my life and family because of the blood of Jesus Christ, in the name of Jesus. The daughters of those who afflicted me shall also come bending low to me, and all those who hated me shall bow down at my feet.

SECTION VIGIL

(To be done at night between the hours of 12 midnight and 2am)

HYMN FOR THE VIGIL (Page 14)

1. I break every witchcraft pot over my life, in Jesus' name.
2. Every council of witchcraft working against me will not prosper, in Jesus' name.
3. I release myself and my family from every witchcraft cage and pot, in Jesus' name.
4. I retrieve my integrity from the hands of household witchcraft, in Jesus' name.
5. O Lord, let the eyes of witches monitoring my life be darkened, in Jesus' name.
6. O Lord, let the covens of witchcraft become desolate, let there be no one to dwell in them, in the name of Jesus.
7. Every plantation of death, die, in the name of Jesus.
8. Every witchcraft hand, planting evil seeds in my life through attacks in the dream, wither and burn to ashes, in Jesus' name.
9. All friendly witchcraft powers be exposed and disgraced, in the name of Jesus.
10. O Lord, plant Your warring angels around me, to dismantle and destroy evil stronghold of internal witchcraft, in the name of Jesus.
11. I exercise my authority over stubborn witchcraft and I pull down its structures, in Jesus' name.
12. Every placenta witchcraft, targeted at my destiny, what are you waiting for? die, in the name of Jesus.
13. Placenta witchcraft, manipulating my destiny, die, in Jesus' name
14. Every blessing, that I have lost through placenta witchcraft, I repossess you, in Jesus' name.
15. I command crashlanding of witches and wizards assigned against my breakthrough, in the name of Jesus.
16. I command the sun to smite my oppressors in the day and the moon and stars to smite them at night, in the name of Jesus.
17. Every stronghold of death on my mind and imagination, be pulled down, in the name of Jesus.
18. I programme divine health, divine favour, long life, spiritual advancement into my life by the power in the blood of Jesus.
19. I shall not die but live to declare the works of God, in the name of Jesus.
20. Every witchcraft coven and marine bank, release my placenta, in Jesus' name
21. Every cage of family witchcraft, release my breakthroughs, in Jesus' name.

SECTION 7 DAY 1
(07-10-2016)

THE MASSACRE OF DESTINY ROBBERS

Scripture Reading: 1 Kings 18

Reading through the Bible in 70 Days (Day 61- John 13:31 - 21:25; Acts 1:1 - 6:3)

Confession: Rev 5:12 Saying with a loud voice, Worthy is the Lamb that was slain to receive power, and riches, and wisdom, and strength, and honour, and glory, and blessing.

Devotional Songs (Pages 11-14)

Praise Worship

Prayer of Praise and Thanksgiving (Pages 15 & 16)

1. Father, let signs and wonders be my lot, in the name of Jesus.
2. Every obstacle in my life, give way to miracles, in the name of Jesus.
3. Every frustration in my life, become a bridge to my miracles, in the name of Jesus.
4. I hold the blood of Jesus against every demonic delay to my miracles, in the name of Jesus.
5. I decree by fire and thunder that I shall not die before the manifestation of my miracles, in Jesus' name.
6. You miracle hijackers, release my miracles now by fire, in the name of Jesus.
7. Every negative spiritual deposit in my life, catch fire now, in the name of Jesus.
8. O God, arise and speak healing and creative miracles into my life, in Jesus' name.
9. My organs, receive creative miracles, in the name of Jesus.
10. My Father, arise by Your signs and wonders and visit my life, in the name of Jesus.
11. Like the rising of the sun, O God of wonders, arise in my life, in the name of Jesus.
12. O God of signs and wonders, heavenly Surgeon, touch me by Your power, in the name of Jesus.
13. O Lord, let the wonder-working power of God be released to my situation for signs and wonders, in the name of Jesus.
14. Signs and wonders appear in my life, in the name of Jesus.
15. Holy Ghost fire, visit me with Your signs and wonders, in the name of Jesus.
16. I decree by fire and thunder that I shall not die before the manifestation of my miracles, in Jesus' name.
17. O God, arise and hear me in the day of trouble, in the name of Jesus.

18. O Lord, I run into Your name that is a strong tower, save me, in the name of Jesus.

19. O Lord, let all my stubborn problems be buried, in the name of Jesus.

20. I shall not die because of my problems, in the name of Jesus.

21. I shall not be disgraced because of my problems, in the name of Jesus.

SECTION 7 DAY 2 (08-10-2016)

THE MASSACRE OF DESTINY ROBBERS

Scripture Reading: 1 Kings 18

Reading through the Bible in 70 Days (Day 62- Acts 6:4 - 17:25)

Confession: Rev 5:12 Saying with a loud voice, Worthy is the Lamb that was slain to receive power, and riches, and wisdom, and strength, and honour, and glory, and blessing.

Devotional Songs (Pages 11-14)

Praise Worship

Prayer of Praise and Thanksgiving (Pages 15 & 16)

22. Fire of God, begin to attack all miracle hijackers assigned against my life, in the name of Jesus.

23. God has made me a product of His possibility; no good thing shall be impossible for me, in the name of Jesus.

24. Every curse and covenant of impossibility over my life, break, in the name of Jesus.

25. Thou Goliath of impossibility in my life, die, in the name of Jesus.

26. I shall not die undiscovered, in the name of Jesus.

27. I shall not die unused and unsung, in the name of Jesus.

28. I shall not die uncelebrated and unmissed, in the name of Jesus.

29. I shall not die unfruitful and unfulfilled, in the name of Jesus.

30. Every good thing the enemy has swallowed in my life, be vomited, in Jesus' name.

31. O God, arise, send me help from the sanctuary and strengthen me, in Jesus' name.

32. O Lord, let my rescue and deliverance be announced from heaven, in Jesus' name.

33. Before I finish praying these prayers, O Lord, let Your angels move into action on my behalf, in Jesus' name.

34. Every prince of Persia and all territorial spirits that are hindering the manifestation of God's miracle in my life, scatter, in the name of Jesus.

35. I bind and cast out of my vicinity, all prayer and miracle blockers, in Jesus' name.

36. You miracle hijackers, release my miracles now, by fire, in the name of Jesus.

37. Every satanic umbrella preventing the heavenly showers of blessings from falling on me, catch fire, in the name of Jesus.

38. O God, arise and let my heavens open right now, in the name of Jesus.

39. I shall not give up, because I believe that I will see the goodness of the Lord in the land of the living, in the name of Jesus.

40. O Lord, let my soul be prevented from death, my eyes from tears and my feet from falling, in Jesus' name.

41. People will hear my testimonies and glorify the name of God in my life, in the name of Jesus.

42. My Father, let Your divine intervention in my life bring souls to the Your kingdom, in the name of Jesus.

SECTION 7 DAY 3
(09-10-2016)

THE MASSACRE OF DESTINY ROBBERS

Scripture Reading: 1 Kings 18

Reading through the Bible in 70 Days (Day 63-Acts 17:26 - 28:31; Romans 1:1 - 3:1)

Confession: Rev 5:12 Saying with a loud voice, Worthy is the Lamb that was slain to receive power, and riches, and wisdom, and strength, and honour, and glory, and blessing.

Devotional Songs (Pages 11-14)

Praise Worship

Prayer of Praise and Thanksgiving (Pages 15 & 16)

43. I use the blood of Jesus to fight and defeat every spirit of impossibility in my life, in the name of Jesus.

44. I release myself from the collective captivity of impossibility, in the name of Jesus.

45. Every seed, every root and all tentacle of impossibility in my life, die, in the name of Jesus.

46. I withdraw my name and every thing concerning my life from the altar of impossibility, in the name of Jesus.

47. I refuse to swim in the ocean of impossibility, in the name of Jesus.

48. Every King Uzziah making it impossible for me to see the glory of God, die, in the

name of Jesus.

49. The wind of impossibility shall not blow in my direction, in the name of Jesus.

50. You river of impossibility flowing near and around me, dry up now, in Jesus' name.

51. I receive the strength of the Lord to leap over the wall of impossibility, in the name of Jesus.

52. Every Red Sea of impossibility, part, in the name of Jesus.

53. You angels of possibility and success, begin to minister unto me, in Jesus' name.

54. With God on my side, no good thing shall be impossible for me, in Jesus' name.

55. I will reach my goals before my enemies know what is happening, in Jesus' name.

56. I shall fulfil my destiny, whether the enemy likes it or not, in the name of Jesus.

57. My steps shall be ordered by the Lord to fulfil my destiny, in the name of Jesus.

58. O Lord, let my disgrace be turned into grace, in the name of Jesus.

59. O Lord, let the dry bones of my destiny, come alive, in the name of Jesus.

60. Henceforth, I embark on a journey into destiny accomplishments in all ramifications, in the name of Jesus.

61. I cut off the spiritual umbilical cord through which evil flows into my destiny, in the name of Jesus.

62. No evil word from the sun, moon and stars will prosper in my life, in Jesus' name.

63. Every evil word and chanting from prayer mats, evil forests, sacred trees, road junctions, marine environment and occult prayer houses, be silenced, in the name of Jesus.

SECTION 7 DAY 4
(10-10-2016)

THE MASSACRE OF DESTINY ROBBERS

Scripture Reading: 1 Kings 18

Reading through the Bible in 70 Days (Day 64- Romans 3:2 - 16:27; 1 Corinthians 1:1 - 4:3)

Confession: Rev 5:12 Saying with a loud voice, Worthy is the Lamb that was slain to receive power, and riches, and wisdom, and strength, and honour, and glory, and blessing.

Devotional Songs (Pages 11-14)

Praise Worship

Prayer of Praise and Thanksgiving (Pages 15 & 16)

64. Father, thank You for a change in my situation, in the name of Jesus.

65. Every power that needs to die for my testimony to manifest, die, in Jesus' name.

66. Every agenda of mocking powers for my life, backfire, in the name of Jesus.

67. By the power in the blood of Jesus, I receive miracles that will surprise my friends and shock my enemies, in the name of Jesus.

68. Dark authorities sponsoring continuous and repeated problems, scatter, in the name of Jesus.

69. By the power that divided the Red Sea, let my way open, in the name of Jesus.

70. By the power that caused the stone that smote the forehead of Goliath to kill him, let my stubborn problems die, in the name of Jesus.

71. By the power that disgraced Senacherib, let evil covens gathered against me catch fire, in the name of Jesus.

72. By the power that divided River Jordan, let my unusual breakthroughs manifest, in the name of Jesus.

73. Every power mocking my prayers, receive double destruction, in the name of Jesus.

74. O God of Elijah, arise and make me a mysterious wonder, in the name of Jesus.

75. By the word of God which cannot be broken, I move into my next level, in the name of Jesus.

76. Every satanic priest ministering against my breakthroughs, be disgraced, in the name of Jesus.

77. My season of unusual laughter and victory dance, manifest, in the name of Jesus.

78. Whatever has tied down my destiny, break lose from my life, in the name of Jesus.

79. Witches toying with my destiny, be wiped off, in the name of Jesus.

80. O Lord, reshuffle my environment to favour me, in the name of Jesus.

81. I will be a champion and not a casualty, in the name of Jesus.

82. If I have been disconnected from my destiny, O God, arise and re-connect me to it, in the name of Jesus.

83. O Lord, whatever You have not positioned into my life, wipe it off, in Jesus' name.

84. O God, dismantle the poison in my foundation, in the name of Jesus.

SECTION 7 DAY 5 (II-I0-2016)

THE MASSACRE OF DESTINY ROBBERS

Scripture Reading: 1 Kings 18

Reading through the Bible in 70 Days (Day 65- 1 Corn 4:4 - 16:24; 2 Corn 1:1 - 5:3)

Confession: Rev 5:12 Saying with a loud voice, Worthy is the Lamb that was slain to receive power, and riches, and wisdom, and strength, and honour, and glory, and blessing.

Devotional Songs (Pages 11-14)

Praise Worship

Prayer of Praise and Thanksgiving (Pages 15 & 16)

85. Circumstances affecting my success, bow, in the name of Jesus.

86. O God, arise and give me a strong reason to celebrate and laugh this year, in the name of Jesus.

87. The enemy shall weep concerning my life this year, in the name of Jesus.

88. My Father, show me unusual secrets about my next level, in the name of Jesus.

89. Every month of this year shall be a disappointment to the enemy, in Jesus' name.

90. My Father, distract my enemies with problems that are bigger than they, in the name of Jesus.

91. O God, arise and make my star shine, in the name of Jesus.

92. My adversaries, hear the word of the Lord: "Carry your loads", in the name of Jesus.

93. Every serpent assigned to bite my destiny, die, in the name of Jesus.

94. O God, arise and fight for me in the day and in the night, in the valley and on the mountain, in the name of Jesus.

95. Every power assigned to scatter my resources, dry up, in the name of Jesus.

96. Every power assigned to suppress my elevation, die, in the name of Jesus.

97. Every satanic panel set up against me, scatter, in the name of Jesus.

98. Rod of the wicked attacking my progress, break, in the name of Jesus.

99. Delayed breakthroughs, delayed promotions, manifest by fire, in Jesus' name.

100. I disarm all vagabond problems, in the name of Jesus.

101. I disgrace all discouraging powers, in the name of Jesus.

102. O God, arise and give my enemies leanness this year, in the name of Jesus.

103. My enemies will not rejoice over me this year, in the name of Jesus.

104. Sorrow and tears, I uproot you from my life by fire, in the name of Jesus.

105. Any power assigned to sink the boat of my salvation, die, in the name of Jesus.

SECTION 7 DAY 6
(12-10-2016)

THE MASSACRE OF DESTINY ROBBERS

Scripture Reading: 1 Kings 18

Reading through the Bible in 70 Days (Day 66- 2 Corn 5:4-13:14; Gal 1:1 - 6:18; Eph 1:1 - 5:20)

Confession: Rev 5:12 Saying with a loud voice, Worthy is the Lamb that was slain to receive power, and riches, and wisdom, and strength, and honour, and glory, and blessing.

Devotional Songs (Pages 11-14)

Praise Worship

Prayer of Praise and Thanksgiving (Pages 15 & 16)

106. My Father, deliver me from costly mistakes, in the name of Jesus.

107. O God, arise and confound my enemies, in the name of Jesus.

108. O God of Elijah, arise and cancel all my afflictions, in the name of Jesus.

109. O God, arise by the thunder of Your power and let my story change, in the name of Jesus.

110. O God, arise in Your yoke-breaking power and break my yoke this day, in Jesus' name.

111. O God of Abraham, arise and mesmerise my enemies, in the name of Jesus.

112. O God of Isaac, arise and multiply my laughter, in the name of Jesus.

113. O God of Israel, arise and promote me by fire, in the name of Jesus.

114. By Your binding powers, O God, arise, bind my tormentors, in the name of Jesus.

115. By Your power of possibilities, O God, arise and manifest in my life, in the name of Jesus.

116. My Father, my Father, my Father, arise and let the world know that You are my God, in the name of Jesus.

117. Every storm in my life, be still by fire, in the name of Jesus.

118. (Mention your name), hear the word of the Lord, be still and know that God is God, in the name of Jesus.

119. O God, arise and show me great mercy today, in the name of Jesus.

120. My Father, contend with whatever and whoever are contending with my peace, in the name of Jesus.

121. Every power assigned to make God a liar in my life, die, in the name of Jesus.

122. O dragon power assigned against me, I bury you now, in the name of Jesus.

123. Every evil mark stamped on me, expire, in the name of Jesus.

124. Those that hate me shall be put to an all-round shame, in the name of Jesus.

125. My light, hear the word of the Lord, "shine brighter and brighter," in the name of Jesus.

126. I decree poverty upon my stubborn enemies, in the name of Jesus. This month, any power challenging God in my life must die, in the name of Jesus

SECTION 7 DAY 7
(13-10-2016)

THE MASSACRE OF DESTINY ROBBERS

Scripture Reading: 1 Kings 18

Reading through the Bible in 70 Days (Day 67-Eph 5:21-6:24; Philip 1:1-4:23; Col 1:1 - 4:18; 1 Thess 1:1 - 5:28; 2 Thess 1:1 - 3:18; 1 Tim 1:1 - 5:5)

Confession: Rev 5:12 Saying with a loud voice, Worthy is the Lamb that was slain to receive power, and riches, and wisdom, and strength, and honour, and glory, and blessing.

Devotional Songs (Pages 11-14)

Praise Worship

Prayer of Praise and Thanksgiving (Pages 15 & 16)

127. Every occult pregnancy concerning my life this month, I abort you by fire, in Jesus' name.

128. O heavens, declare your glory over my life, in the name of Jesus.

129. Every waster and emptier assigned to swallow me up, die, in the name of Jesus.

130. Sickness and infirmity shall not waste my life, in the name of Jesus.

131. Every arrangement to frustrate my breakthroughs, catch fire, in Jesus' name.

132. Every priest of darkness divining against me, die in the grave of fire, in the name of Jesus.

133. Every wicked mouth opened to swallow my breakthroughs this month, be filled

with worms and be silenced, in the name of Jesus.

134. O God, arise and empower the eagle of my breakthroughs to fly this month, in the name of Jesus.

135. Lord, elevate me this month by fire, in the name of Jesus.

136. Do something in my life, O Lord, that will make men to celebrate me, in the name of Jesus.

137. I shall sing my song and dance my dance this year, in the name of Jesus.

138. Any power assigned to make me take foolish risks, die, in the name of Jesus.

139. Father, give me a new beginning, in the name of Jesus.

140. My Father, cause this year to be my year of Jubilee and rejoicing, in Jesus' name.

141. Every curse of stagnation, break, in the name of Jesus.

142. O God, arise and fill my mouth with laughter, in the name of Jesus.

143. O God, arise and dry up my tears, in the name of Jesus.

144. O God, arise and let my shame expire, in the name of Jesus.

145. O God, arise and turn my captors to my captives, in the name of Jesus.

146. Miracles that surpass explanation, manifest in my life now, in the name of Jesus.

147. O God, arise today, and let my situation change, in the name of Jesus.

SECTION 7 DAY 8 (14-10-2016)

THE MASSACRE OF DESTINY ROBBERS

Scripture Reading: 1 Kings 18

Reading through the Bible in 70 Days (Day 68- 1 Timothy 5:6 - 6:21; 2 Timothy 1:1 - 4:22; Titus 1:1 - 3:15; Philemon 1:1 - 1:25; Hebrews 1:1 - 11:40)

Confession: Rev 5:12 Saying with a loud voice, Worthy is the Lamb that was slain to receive power, and riches, and wisdom, and strength, and honour, and glory, and blessing.

Devotional Songs (Pages 11-14)

Praise Worship

Prayer of Praise and Thanksgiving (Pages 15 & 16)

148. Today, I position myself by fire for divine intervention, in the name of Jesus.

149. O God, my Father, burst forth in my life by signs and wonders, in Jesus' name.

150. Resources of heaven, arise by fire, promote me, in the name of Jesus.

151. Any power that wants me to die as I am today, die, in the name of Jesus.

152. My Father, arise and let the root of hardship in my life die now, in Jesus' name.

153. O Red Sea of blockage, I cry against you, divide by fire, in the name of Jesus.

154. Every power holding tight to my instrument of advancement, die, in the name of Jesus.

155. I recover tenfold all my wasted years, in the name of Jesus.

156. Any satanic threat to my existence, be uprooted, in the name of Jesus.

157. My portion shall not be given to another, in the name of Jesus.

158. Sudden destruction will not be my lot, in the name of Jesus.

159. Every enchantment assigned for my downfall, die, in the name of Jesus.

160. Any personality sowing the seed of wickedness in my life, be exposed and be disgraced, in the name of Jesus.

161. The enemy that came while I slept, be disgraced, in the name of Jesus.

162. You ladder of oppression, catch fire, in the name of Jesus.

163. You ladder of affliction, catch fire, in the name of Jesus.

164. You ladder of infirmity, catch fire, in the name of Jesus.

165. You ladder of failure at the edge of breakthroughs, catch fire, in Jesus' name.

166. O God, arise, roar and devour the devourers of my destiny, in the name of Jesus.

167. Vampire power sucking the blood of my virtues, die, in the name of Jesus.

168. Every location assigned to dislocate my life, clear away, in the name of Jesus.

SECTION 7 DAY 9
(15-10-2016)

THE MASSACRE OF DESTINY ROBBERS

Scripture Reading: 1 Kings 18

Reading through the Bible in 70 Days (Day 69-Hebrews 12:1 - 13:25; James 1:1 - 5:20; 1 Peter 1:1 - 5:14; 2 Peter 1:1 - 3:18; 1 John 1:1 - 5:21; 2 John 1:1 - 1:11)

Confession: Rev 5:12 Saying with a loud voice, Worthy is the Lamb that was slain to receive power, and riches, and wisdom, and strength, and honour, and glory, and blessing.

Devotional Songs (Pages 11-14)

Praise Worship

Prayer of Praise and Thanksgiving (Pages 15 & 16)

169. Every Goliath boasting against my breakthroughs, die, in the name of Jesus.

170. My destiny, hear the word of the Lord: move to Your next level, in Jesus' name.

171. Serpents and scorpions assigned to put me to shame, die, in the name of Jesus.

172. Any witch doctor assigned to terminate my life, die, in the name of Jesus.

173. Evil progress, hear the word of the Lord: die, in the name of Jesus.

174. Birds of darkness assigned to trouble my star, die, in the name of Jesus.

175. Thou power of limitation, you are a liar, die, in the name of Jesus.

176. My glory, arise from the graveyard of backwardness and shine, in Jesus' name.

177. Every arrow of confusion, be disgraced, in the name of Jesus.

178. Every assembly of affliction, scatter, in the name of Jesus.

179. Blood of Jesus, cause confusion in the blood bank of witchcraft, in Jesus' name.

180. I decree against serpents and scorpions. Let their poison die, in Jesus' name.

181. I plead the blood of Jesus over my life, in the name of Jesus.

182. I annul every legal accusation that the enemy has levelled against me, in the name of Jesus.

183. I bind every witchcraft-sponsored infirmity and I cast it out, in the name of Jesus.

184. Every charm working against me, be destroyed, in the name of Jesus.

185. I use the blood of Jesus to separate myself from any effigy used against my life, in the name of Jesus.

186. Every covenant speaking against my destiny, be destroyed, in the name of Jesus.

187. I come against every altar or shrine of darkness working against my destiny, in the name of Jesus.

188. By the power in the blood of Jesus, I neutralize every arrow or incantation working against my life, in the name of Jesus.

189. I revoke and nullify every witchcraft manipulation affecting my body, in the name of Jesus.

THE MASSACRE OF DESTINY ROBBERS

SECTION 7 DAY 10
(16-10-2016)

Scripture Reading: 1 Kings 18

Reading through the Bible in 70 Days (Day 69- Hebrews 12:1 - 13:25; James 1:1 - 5:20; 1 Peter 1:1 - 5:14; 2 Peter 1:1 - 3:18; 1 John 1:1 - 5:21; 2 John 1:1-1:11)Reading through the Bible in 70 Days (Day 70 -2 John 1:12 - 1:13; 3 John 1:1 - 1:14; Jude 1:1 - 1:25; Revelation 1:1 - 22:21)

Confession: Rev 5:12 Saying with a loud voice, Worthy is the Lamb that was slain to receive power, and riches, and wisdom, and strength, and honour, and glory, and blessing.

Devotional Songs (Pages 11-14)

Praise Worship

Prayer of Praise and Thanksgiving (Pages 15 & 16)

190. I bind and cast out any spirit of death hovering over my life, in the name of Jesus.

191. I decree that anything that God has not planted in my life should be uprooted now, in the name of Jesus.

192. Every negative transmission from household wickedness into my life, clear away, in the name of Jesus.

193. I bind and cast out every negative influence of graveyard spirit upon my life, in the name of Jesus.

194. I liberate myself from every bondage of evil dedication, in the name of Jesus.

195. I curse every satanic sponsored disease germ working against my life to die, in the name of Jesus.

196. O God, arise and scatter every conspiracy working against my progress, in the name of Jesus.

197. My Father, arise in Your mighty power and disgrace my stubborn oppressors, in the name of Jesus.

198. O God, arise and confuse the tongues of my stubborn enemies, in Jesus' name.

199. Every satanic injection into my destiny, backfire, in the name of Jesus.

200. I bind and cast away every spirit of fear and worry, in the name of Jesus.

201. My blood, be withdrawn from every evil altar, in the name of Jesus.

202. Every physical and spiritual poison working against my body, dry up, in the name

of Jesus.

203.   O God, arise and speak healing and creative miracles into my life, in Jesus' name.

204.   My Father, release Your angels to fight my battles, in the name of Jesus.

205.   Every part of my life that the enemy has tampered with, I recover it by fire, in the name of Jesus.

206.   Every device of darkness that is troubling my progress, be destroyed, in the name of Jesus.

207.   Father, let Your resurrection power come upon me now, in the name of Jesus.

208.   Every demand of darkness upon my destiny, scatter, in the name of Jesus.

209.   Every power of darkness assigned against me, Holy Ghost fire, burn it to ashes, in the name of Jesus.

210.   I silence the voice of every demonic blood sacrifice assigned to speak against me, in the name of Jesus.

SECTION CONFESSIONS

The Lord is my light and my salvation, whom shall I fear? The Lord is the strength of my life; of whom shall I be afraid? When the wicked, even mine enemies and foes, come upon me to eat up my flesh, they stumble and fall, in the name of Jesus. According to this time, it shall be said of me and my family, what God has done, in the name of Jesus. I am separated by God, through the redeeming power in the blood of Christ my Messiah, the Author and Finisher of my faith, from every tie with ancestral covenants, curse and guardian spirits. Henceforth, I refuse to live in fear. Rather, my fear and dread shall be upon all my enemies. As soon as they hear of me, they shall submit themselves to me, in Jesus' name. God wishes above all things that I prosper, in Jesus' name. I receive prosperity, in Jesus' name.

SECTION VIGIL

(To be done at night between the hours of 12 midnight and 2am)

HYMN FOR THE VIGIL (Page 14)

1.   O Lord, let my dreams and visions reject every witchcraft projection, in the name of Jesus.

2.   Thunderbolts of God, locate and destroy every witchcraft power coven, where

deliberations and decisions were fashioned against me, in the name of Jesus.

3. Any water spirit, from my village or place of birth, practising witchcraft against me and my family, be amputated by the fire of God, in the name of Jesus.

4. I command the stars in their courses to fight against my stubborn pursuers, in Jesus' name.

5. O God, arise, roar and prevail over my enemies, in the name of Jesus.

6. By the resurrection power of the Lord Jesus Christ, the power of death is broken upon my life, in the name of Jesus.

7. Every seat of witchcraft, receive the thunder fire of God, in the name of Jesus.

8. O Lord, let the habitation of witchcraft powers be desolate, in the name of Jesus.

9. Every throne of witchcraft, be dismantled by fire, in Jesus' name

10. Every stronghold of witchcraft powers, be pulled down by fire, in Jesus' name.

11. Every refuge of witchcraft powers, be pulled down by fire, in Jesus' name.

12. Every network of witchcraft, disintegrate, in Jesus' name.

13. O Lord, let the communication systems of witchcraft powers, be destroyed by fire, in Jesus' name.

14. Anything in me supporting witchcraft embargo on my health, come out with all your roots, in the name of Jesus.

15. Owners of evil loads of witchcraft embargo, carry your load, in the name of Jesus.

16. I break every ancestral embargo on my life, I break you, in the name of Jesus.

17. I recover my finances from witchcraft embargo, in the name of Jesus.

18. Every ancestral embargo, be lifted; and let good things begin to break forth in my life and in my family, in the name of Jesus.

19. Every embargo on my progress, fall down and scatter, in the name of Jesus.

20. Every embargo, placed on my spiritual life, be lifted away by fire, in Jesus' name.

21. Every satanic embargo on my promotion, break, in the name of Jesus.

YORUBA VERSION

KIKA BIBELI JA LAARIN ADQRIN QJQ

Qjọ 1 - Gẹnẹsisi 1:1 - 18:20

Qjọ 2 - Gẹnẹsisi 18:21 - 31:16

Qjọ 3 - Gẹnẹsisi 31:17 - 44:10

Qjọ 4 - Gẹnẹsisi 44:11 - 50:26; Ekṣodu 1:1 - 10:2

Qjọ 5 - Ekṣodu 10:3 - 25:29

Qjọ 6 - Ekṣodu 25:30 - 39:5

Qjọ 7 - Ekṣodu 39:6 - 40:38; Lẹfitiku 1:1 - 14:3

Qjọ 8 - Lẹfitiku 14:4 - 26:35

Qjọ 9 - Lẹfitiku 26:36 - 27:34; Numeri 1:1 - 10:16

Qjọ 10 - Numeri 10:17 - 24:3

Qjọ 11 - Numeri 24:4 - 36:13; Deutẹronomi 1:1 - 1:2

Qjọ 12 - Deutẹronomi 1:3 - 15:20

Qjọ 13 - Deutẹronomi 15:21- 32:26

Qjọ 14 - Deutẹronomi 32:27 - 34:12; Joṣua 1:1 - 15:27

Qjọ 15 - Joṣua 15:28 - 24:33; Awọn Onidajọ 1:1 - 6:20

Qjọ 16 - Awọn Onidajọ 6:21 - 21:17

Qjọ 17 - Awọn Onidajọ 21:18-21:25; Rutu 1:1- 4:22; 1Samuẹli 1:1–15:4

Qjọ 18 - 1 Samuẹli 15:5-30:31

Qjọ 19 - 1Samuẹli 31:1-31:13; 2 Samuẹli 1:1-17:5

Qjọ 20 - 2Samuẹli 17:6-24:25; Awọn Qba Kini 1:1-6:3

Qjọ 21 - Awọn Qba Kini 6:4-18:3

Qjọ 22 - Awọn Qba Kini 18:4-22:53; Awọn Qba Keji 1:1-9:33

Qjọ 23 - Awọn Qba Keji 9:34-25:11

Qjọ 24 - Awọn Qba Keji 25:12- 25:30; Kronika Kini 1:1-11:4

Qjọ 25 - Kronika Kini 11:5-27:12

Qjọ 26 - Kronika Kini 27:13- 29:30; Kronika Keji 1:1- 18:23

Qjọ 27 - Kronika Keji 18:24- 36:16

Qjọ 28 - Kronika Keji 36:17- 36:23; Esra 1:1-10:44; Nehemiah 1:1–7:33

Qjọ 29 - Nehemiah 7:34 - 13:31; Esteri 1:1 - 10:3; Jobu 1:1 - 2:6

Qjọ 30 - Jobu 2:7 - 20:15

Qjọ 31 - Jobu 20:16 - 37:16

Qjọ 32 - Jobu 37:17- 42:17; Orin Dafidi 1:1-22:25

Qjọ 33 - Orin Dafidi 22:26 - 50:5

Qjọ 34 - Orin Dafidi 50:6 -78:4

Qjọ 35 - Orin Dafidi 78:5 - 103:12

Qjọ 36 - Orin Dafidi 103:13 - 119:107

Qjọ 37 - Orin Dafidi 119:108-150:6; Owe 1:1-2:16

Qjọ 38 - Owe 2:17-17:20

Qjọ 39 - Owe 17:21-31:31; Oniwasu 1:1-2:4

Qjọ 40 - Oniwasu 2:5-12:14; Orin Solomọni 1:1- 8:14; Isaiah 1:1 - 6:12

Qjọ 41 - Isaiah 6:13 - 30:8

Qjọ 42 - Isaiah 30:9 - 50:7

Qjọ 43 - Isaiah 50:8-66:24; Jeremiah 1:1-6:24

Ọjọ 44 - Jeremiah 6:25-25:23
Ọjọ 45 - Jeremiah 25:24-43:4
Ọjọ 46 - Jeremiah 43:5-52:34; Ẹkun Jeremaih 1:1-5:3
Ọjọ 47 - Ẹkun Jeremiah 5:4-5:22; Esekiẹli 1:1 - 19:8
Ọjọ 48 - Esekiẹli 19:9 - 34:20
Ọjọ 49 - Esekiẹli 34:21-48:35; Daniẹli 1:1 - 2:19
Ọjọ 50 - Daniẹli 2:20-12:13; Hosea 1:1-9:13
Ọjọ 51 - Hosea 9:14-14:9; Joẹli 1:1 – 3:21; Amosi 1:1-9:15; Obadiah 1:1-1:21; Jona 1:1-4:11; Mika 1:1-7:1
Ọjọ 52 - Mika 7:2-7:20; Nahumu 1:1-3:19; Habakkuku 1:1- 3:19; Sepfaniah 1:1- 3:20; Haggai 1:1-2:23; Sekariah 1:1-14:21; Malaki 1:1-2:6
Ọjọ 53 - Malaki 2:7-4:7;Mattiu 1:1-13:13
Ọjọ 54 - Mattiu 13:14 - 24:39
Ọjụ 55 - Mattiu 24:40 - 28:20; Marku 1:1 - 6:33
Ọjọ 56 - Marku 6:34 - 16:11
Ọjọ 57 - Marku 16:12 - 16:20; Luku 1:1 - 9:27
Ọjọ 58 - Luku 9:28 - 19:41
Ọjọ 59 - Luku 19:42 - 24:53; Johnanu 1:1 - 5:6
Ọjọ 60 - Johanu 5:7 - 13:30
Ọjọ 61 - Johanu 13:31 - 21:25; Iṣs Awọn 1:1 - 6:3

Ọjọ 62 - Iṣe Awọn Aposteli 6:4 - 17:25
Ọjọ 63 - Iṣe Awọn Aposteli 17:26 - 28:31; Romu 1:1 - 3:1
Ọjọ 64 - Romu 3:2 - 16:27; Kọrintin Kini 1:1 - 4:3
Ọjọ 65 - Kọrinti Kini 4:4 - 16:24; Kọrinti Keh\ji 1:1 - 5:3
Ọjọ 66 - Kọrinti Keji 5:4 - 13:14; Galatia 1:1 - 6:18; Efesu 1:1 - 5:20
Ọjọ 67 - Efesu 5:21 - 6:24; Filippi 1:1 - 4:23; Kolose 1:1 - 4:18; Tẹssalonika Kini 1:1 - 5:28; Tẹssalonika Keji Thessalonians 1:1 - 3:18; Timoteu Kini 1:1 - 5:5
Ọjọ 68 - Timoteu Kini 5:6 - 6:21; Timoteu Keji 1:1 - 4:22; Titu 1:1 - 3:15; Filẹmọni 1:1 - 1:25; Heberu 1:1 - 11:40
Ọjọ 69 - Heberu 12:1 - 13:25; Jakọbu 1:1 - 5:20; Peteru Kini 1:1 - 5:14; Peteru Keji 1:1 - 3:18; Johanu Kini 1:1 - 5:21; Johanu Keji 1:1 - 1:11
Ọjọ 70 - Johanu Keji 1:12 - 1:13; Johanu Kẹta 1:1 - 1:14; Juda 1:1 - 1:25; Ifihan 1:1 - 22:21

AWỌN ORIN ẸMI FUN IJỌSIN

MO FI GBOGBO ỌKAN MI TAN
I AM ALPHA (8.8.8.5. & Ref)
Emi ni Alfa ati Omega, li Oluwa wi - Ifi 1:8

1. *mf* Mo fi gbogbo ọkan mi tan'
Ẹni t'O le gb'ẹmi mi la,
Abo nla, ti ki yẹ laelae,
f   Ọrọ Rẹ daju.

egbe
f "Emi ;'Alfa, at'Omega,
Ipilẹsẹ ati opin,
Ti o wa, t'O ti wa,
Ti O si mbọ wa,
Emi l'Alfa, at'Omega,
Ipilẹsẹ ati opin

Olodumare,
L'Oluwa wi.

2. *f*   Ọkan mi nsọ pẹlu ayọ,
Ti Ẹni ti ngbe inu mi,
If' ẹni ti ntẹlọrọ Rẹ,
Lati mu duro.

3. *cr* Jehofa, Ọlọrun, gba mi
Lọwọ 'yemeji at'ẹru;
Fi 'gbagbọ gbigbona fun mi
M'ọkan mi duro.

IṢẸGUN NI 'GBA GBOGBO
VICTORY ALL THE TIME (11.11.11.11 & Ref)
. . . *ṣugbọn awọn enia ti o mọ̀ Ọlọrun yio mu ọkàn le, nwọn o si ma ṣe iṣẹ agbara. Dan. 11:32*

1. *mf* Awọn t'o m'Ọlọrun, y'o mu ọkan le
Nwọn o j'alagbara li oju ija
Eyi n'ileri t'Oluwa ṣe fun wa
Pe a o ma ṣe iṣẹ agbara nla wa

Egbe
f Iṣẹgun, iṣẹgun, iṣẹgun t'a f'ẹjẹ ra
Iṣẹgun, iṣẹgun ni ojojumọ
F'awọn ọm'Ọlọrun ṣẹgun ngba
gbogbo
Jesu Balogun wa, agbara wa k'yo yẹ.

2. *mp* Larin wahala nla, maṣe ṣe 'gbagbọ
p   B'agbara okunkun kọju ja si ọ
mf Ọlọrun nbẹ fun ọ yio mu ọ duro
Ogun ọrun nduro lati ja fun ọ.

3. *f*   Jẹ alagbara, si kọjuja s'ọta
Ma yan bi aṣegun n'nu ina 'danwo
Ff Fi ida ẹmi rẹ ṣiṣe agbara
Fa ẹlomiran wa, si yin Oluwa

SỌ FUN JESU, SỌ FUN JESU
TELL IT TO JESUS 10.8.10.8 & Ref
Ẹ ma ko gbogbo aniyan nyin le e - 1 Pet 5:7

1. *p*   Sọ gbogbo 'banujẹ rẹ fun Jesu
Ati gbogbo aniyan rẹ;
Dajudaju yio da ọ n'ide
On yi o si tu ọ ninu

Egbe
Mp 'Sọ wọn fun Jesu Sọ wọn fun Jesu
Sọ wọn fun Jesu On y'o gbọ
Sa gbẹkẹle ki O si gba A gbọ
On yio si tu ọ ninu

2. *mp* Sọ wọn fun Jesu Olugbala rẹ
Sọ wọn k'o si ri 'gbala Rẹ;
Maṣe ṣe Jesu, maṣe d'oju ti,
On yio si tu ọ ninu.

3. *cr* Sọ wọn fun Jesu, On ni abo rẹ,
Lọ sọ ọdọ Rẹ fun anu;
Sọ fun Jesu, gbogbo 'wọ o siri
Ore-ọfẹ ati 'tunu

GĘGĘ BI ỌMỌ OGUN

AS A VOLUNTEER (12.11.11.11 & Ref)

Kò si ęniti njàgun ti ifi ohun aiye yi dí ara rę lọwọ, ki o le mu inu ęniti o yàn a li ọmọ-ogun dùn.
2Tim. 2:4

1. *mf* Ipe f'ọmọ gun jade si gbogb' enia
   Ọmọ 'gun f'otitọ, Wọ kyo ję ipe na?
   Wọ k'yo dahun kankan? Pęl'ọkan
   ifę?
   Wọ ko ha ni dapọ mọ awọn 'mọ
   'gun?

Egbe
   f Awọn ọmọ gun Jesu, Olotitọ
   mf Ọpọ ti darapọ Iwọ nkọ (wa kalọ)
   f Jesu Balogun, a ko ni bęru
   Iwọ na wa darapọ mọ ọmọ ogun

2. *mp* Jesu npe ọmọ ogun ti yo kun fun
   'pa

   Ti 'wọn yo ma ja fun lọsan at'orun
   Mf Ko ni fi wọn silę, yo wa pęlu wọn
   Wọ ko ha ni dapọ mọ awọn ọmọ
   'gun

3. *mf* Jesu npe ọ pęlu ifę ti ko lęgbę
   p Ęni ti ọkan Rę gbọgbę f'eniyan
   mp Nisiyi o npe ọ li ohun goro
   Wọ ko ha ni dapọ mọ awọn 'mọgun

4. *mf* Gbati ogun ba pari, ti a si sęgun
   Gbat 'awọn olotọ pejọ lọkọọkan
   Yo f'awọn asęgun li ade ogo
   Wọ ko ha ni dapọ mọ awọn 'mọgun

DI BIBELI MU B'OHUN MIRAN KUNA

CLING TO THE BIBLE (11.10.11.10 & Ref)

Ę ma wa inu iwe mimọ - Joh 5:39

1. *f* Di Bibeli mu b'ohun miran kuna,
   Ma sọ ilana Rę to s'ọwọn nu;
   Ihin ayọ Rę nji ọkan ti ntogbe,
   Iye si ni 'leri rę ję fun ọ.

   ff Di Bibeli mu
   Di Bibeli mu
   Olutọ, amọna lo ję fun wa

2. *mf* Di Bibeli mu, 'sura 'yebiye ni;
   O nf' iye ainipękun f'araye;
   Ko si ęda na to le wọn iye rę;
   Wa ibukun rę nigba to le ri.

3. *f* 'Mọlę ni fun gbogbo awọn asako
   Amọna fun ọdọ t'iba şubu;
   'Retl f'elęsę t'aye rę ti daru,
   Ọpa f'ogbo iwe to dara ju.

JÉSÙ, MO TI ŞE LERI (7.6.7.6D)

Bi ęenikęni ba nsin mi, ki o maa tọ mi lęyin Joh 12:26

1. *mp* Jesu. Mo ti şe leri
   Lati sin Ọ d'opin;
   Ma wa l'ọdọ mi titi,
   Baba mi, Ọrę mi;
   Emi k' y'o bęru ogun
   B'Iwọ ba sunmọ mi
   Emi ki yo si şina
   B'O ba f'ọna han mi.

2. Ję ki nmọ p'Osunmọ mi
   Tori 'baję aye;

   Aye fę gba ọkan mi,
   Aye fę tan mi ję;
   di Ọta yi mi kakiri,
   L'ode ati ninu;
   cr Şugbọn Jesu sunmọ mi,
   Dabobo ọkan mi.

3. *p* Ję ki nma gbọ ohun Rę
   B'O ti mba mi sọrọ,
   Larin iji idanwo,
   Aşọ at 'agidi;

cr Sọ. Mu ko da mi loju,
K'ọkan mi ni 'janu;
Sọ, si mu mi gbọ Tirẹ,
'Wọ Olutọju mi.

4. *mf* Jesu, 'Wọ ti ṣe leri
F'awọn t'o tẹle Q,
Pe ibikibi t'O wa
N'iranṣẹ Rẹ yo wa;
Jesu, mo ti ṣe 'leri
Lati sin Q dopin

Jẹki nle tọ Q lẹyin
Baba mi, Qrẹ mi.

5. *p* Jẹ ki nma ri 'pa ṣe Rẹ
Ki nle ma tẹle Q;
Nipa 'gbara Rẹ nikan,
Ni mo le tẹle Q;
Tọ mi, pe mi, si fa mi,
Di mi mu de opin;
Si gba mi si ọdọ Rẹ,
Baba mi, Qrẹ mi.

ORIN FUN IṢO ORU (13.13.12.12&Ref)

Nitori emi ni OLUWA JEHOFAH ti o mu ọ lara da (Ekso. 15:26)

1. *f* Gbọ iro ẹsẹ Jesu, O nkọja lọ bayi,
O ni 'tura f' agbọgbẹ, O nṣ' awotan arun;
Bo ti sọ f' alaisan ni leti adagun,
O nwi bẹ nisisiyi, "O nfẹ 'wosan bi?

mf O nfẹ 'wosan bi?
O nfẹ 'wosan bi?

p Wa, alailera, wa
Wa, ẹlẹsẹ, wa,
f Wo omi iye tin san,
Omi iwẹnumọ,
Wọ inu rẹ, iwọ yo si ri 'wosan.

2. *f* Ohun Olugbala ni, at' ipe anu Rẹ,
Mu igbala ọfẹ wa fun gbogbo eniyan
O npe gbogbo ọkan ti eru ẹsẹ npa,
O nfi ifẹ bere pe: "O nfẹ 'wosan bi?

3. *mf* Ara nni ọ, ẹru ẹsẹrẹ nw ọ l' ọrun?
O ko ha le wọnu omi ni bi o ti nru?
Wo Oluwa nduro lati fun ọ l'okun,
O sin fi 'fẹ bere pe: "O nfẹ 'wosan bi?

4. *mp* Ran wa lọwọ Jesu ka gbẹkẹle ọrọ Rẹ
Jẹ ki ẹmi iwosan ba le wa loni yi,
Wẹ abawọn ẹsẹ nu, si ṣ 'akoso wa,
Sọ f' ọkan to nwa Q pe. "O nfẹ 'wosan bi

IYIN - O O MA ṢE ELEYI NI OJOJUMỌ

Baba, ni orukọ Jesu, mo dupẹ lọwọ Rẹ fun:

1. Fifa mi sinu adura ati agbara,
2. Igbala ọkan mi,
3. Gbigbe agbara Ẹmi-Mimọ Rẹ wọ mi,
4. Pipese ẹbun Ẹmi-Mimọ sinu aiye mi,
5. Eso Ẹmi-Mimọ ti nṣiṣẹ ninu mi,
6. Ẹbun iyanu ti iyin,
7. Gbogbo ọna ti Ẹ ti gba da si ọrọ mi,
8. Eto Rẹ fun aiye mi,
9. Pe O ko ni gbagbe mi, O ki yo fi mi si silẹ,
10. Mimu mi wa si ibi igbe-aiye didagba ati jijinlẹ ninu Oluwa,
11. Gbigbe mi soke nigbati mo ba ṣubu,
12. Pipa mi mọ ni alafia pipe,
13. Mimu ohun gbogbo ṣiṣẹ pọ fun rere fun mi,
14. Pipa mi mọ kuro ninu ikẹkun awọn pẹyẹ-pẹyẹ ati ajakalẹ arun gbogbo
15. Agbara ti nṣiṣẹ iyanu, ti o wa ninu ọrọ Rẹ ati ninu ẹjẹ Ọdọ-Agutan,
16. Riran awọn angẹli Rẹ lati dabobo mi,
17. Jija fun mi lodi si awọn ọta mi,
18. Mimu ki nju aṣẹgun lọ,
19. Pipese fun aini mi gẹgẹbi ọrọ Rẹ pipọ ni ogo,
20. Agbara iwosan Rẹ lori ara, ọkan ati ẹmi mi,
21. Kikun ọkan mi pẹlu imọlẹ ọrun,
22. Mimu mi bori nigba gbogbo ninu Jesu Oluwa,
23. Sisọ ẹgun mi di ibukun fun mi,
24. Mimu mi gbe lailewu,
25. Fun gbogbo ibukun inu aiye.
26. Titobi, agbara, ogo, ọla ati ododo Rẹ,
27. Pipa ọta ati olugbẹsan lẹnu mọ,
28. Pe O mbẹ lọwọ ọtun mi, emi ki o ṣubu,
29. Pe O jẹ olotito. O o si pa awọn ti Rẹ mọ,
30. Pe O ko jẹ ki awọn ọta mi yọ ayọ lori mi,
31. Fun ifẹ iyanu Rẹ,
32. Pe titobi ni Ọ, Ẹlẹru ni iyin,
33. Gbigba ọkan mi lọwọ iku ati ẹsẹ mi lọwọ iṣubu,
34. Pe O jẹ ibi abo mi ati ibi isadi mi ni igba wahala

35. Fun otito ati işe iyanu Rẹ,

36. Fun işe agbara ati titobi Rẹ ti ogaju aiye lọ,

37. Mimu işudẹdẹ kuro ninu ẹmi mi,

38. Mimu mi jade kuro ninu ibu,

39. Dida mi si, ati pipa ẹsẹ mi mọ kuro ninu işubu,

40. Pe orukọ Oluwa, jẹ ile-işọ agbara, ti olododo nsa wọ inu rẹ, ti wọn si nye.

ADURA FUN IJQ, IŞĘ AWỌN TI NTAN IHINRERE KALĘ ATI FUN GBOGBO IDILE ONIGBAGBỌ

A O MA GBA GBOGBO ADURA YI NI GBOGBO ỌJỌ ISIMI

1. Baba Oluwa, ẹ seun fun ileri yin ti o wipe emi yi o kọ ijọ mi ẹnu ọna ọrun apadi ki yo o si le bori rẹ.

2. A bere fun idariji lori gbogbo ẹṣẹ ti nfa iyapa ati ailagbara ninu ẹya ara Kristi.

3. A gba aṣẹ lori agbara okunkun ni gbogbo ọna wọn, ni orukọ Jesu.

4. Gbogbo ẹmi ti nfa itini-sinu ẹṣẹ, ẹkọ- odi, ẹtan, agaba-gebe, igberaga ati ẹmi aṣiṣe, a gbe yin de a si ti yin jade, ni orukọ Jesu.

5. Gbogbo eto ati arekereke satani lodi si ẹya ara Kristi, ẹ wọnu ide, ni orukọ Jesu.

6. Gbogbo ẹmi aile-gba- adura, ijakulẹ ati ogo asan ninu ẹya ara Kristi, a gbe yin de, ni orukọ Jesu.

7. Baba Oluwa, jẹki ẹmi iwopalẹ Rẹ ba le ori wa, ni orukọ Jesu.

8. Mo paṣẹ ki gbogbo iṣẹ ẹran-ara ninu aiye awa ọmọ Ọlọrun ku bayi, ni orukọ Jesu.

9. Oluwa, jẹki agbara agbelebu ati ti Ẹmi Mimọ maa tu jade bayi lati rọ ẹran ara loye ninu aiye wa, ni orukọ Jesu.

10. Baba Oluwa, jẹki igbe aiye Jesu Kristi Oluwa wa maa fidi mulẹ lotitọ ninu ẹya ara Kristi, ni orukọ Jesu.

11. Gbogbo agbara imọ-tara-ẹni-nikan, ilepa ti o lodi ati aigbẹkọ maa ṣụ si wẹwẹ, ni orukọ Jesu.

12. Baba Oluwa, fun ẹya ara Kristi ni ọkan Kristi, ẹmi idariji, ẹmi ifarada, ironupiwada tootọ, imoye, ifara-ẹniji, irẹlẹ, iwopalẹ, iṣọra ati ọkan lati gboriyin fun awọn ti o sun wọn juwa lọ, ni orukọ Jesu.

13. Gbogbo agbara aigbọran ninu aiye awa ayanfẹ, a pe yin nija a si fa yin lulẹ, ni orukọ Jesu.

14. A paṣẹ awọn ibukun wọnyi sori ẹya ara Kristi ati si gbogbo iranṣẹ Ọlọrun tootọ, ife, igbagbọ, iwosan latọdọ Ọlọrun, itẹsiwaju, isọtẹlẹ, ọrọ imọ, oniruuru ede, ẹwa ati ogo Ọlọrun, ifiniji ati ifi ọkan sin, ayọ, iwapẹlẹ, iwa-irẹlẹ, iwosan pipe, imọ-ẹmi yatọ, iṣẹ-iyanu ṣiṣe, itumọ ede, iwa bi Ọlọrun ati iwa mimọ, alafia, isẹrere, iwa tutu, iseso, ẹbun iwosan, ọrọ ọgbọn.

15. Baba Oluwa, da ipongbe ati ipebi fun Ọlọrun ati fun iwa mimọ silẹ ninu aiye wa bayi, ni orukọ Jesu.

16. Oluwa, ran isọji Rẹ sinu ẹya ara Kristi.

17. Oluwa, fọ gbogbo iranṣẹ Rẹ ati awọn ohun elo Rẹ ki O si kun wọn lọtun, ni orukọ Jesu.

18. Baba Oluwa, jẹ ki ojo Ẹmi Mimọ bẹrẹ sini rọ s'ori gbogbo iranṣẹ Ọlọrun lẹkun rẹrẹ ati l'ọtun, ni orukọ Jesu.

19. Oluwa, fun gbogbo iranṣẹ Rẹ ni agbara lati le gbe igbe aiye adura ti o mu ina doko, ni orukọ Jesu.

20. Oluwa, rọjo alagbaṣe ti o jẹ olotitọ, ti o fi ọkan sin ti o si gbọran sinu ọgba ajara Rẹ, ni orukọ Jesu.

21. A fọ gbogbo aṣẹ ati idari satani lori ọkan ọmọ eniyan, ni orukọ Jesu.

22. Gbogbo ẹmi ti nfi ọkan awọn eniyan sinu igbekun, a fọ egungun ẹhin yin si wẹwẹ, ni orukọ Jesu.

23. Gbogbo majẹmu ti o wa laarin ọkan ọmọ eniyan ati satani, a fọ yin si wẹwẹ, ni orukọ Jesu.

24. Oluwa, jẹki ẹmi idurotiri, ipongbẹ ati ipebi fun Ọlọrun wa sori gbogbo awọn ti o ṣẹṣẹ fi aiye wọn fun Jesu.

25. Oluwa da ina ọtun Rẹ silẹ lati dojuti gbogbo ẹmi agbegbe ti nsiṣe lori awọn atan ihinrere kalẹ ati awọn ajihinrere.

26. A fọ gbogbo agbara ati igbamu aiye yi lori gbogbo ọkan ọmọ eniyan, ni orukọ Jesu.

27. A tu ẹmi igbala sori gbogbo ọna ati ibi gbogbo ti ihinrere ko tii de, ni oruko Jesu.

28. Gbogbo ohun ti o jẹ idiwọ si eto Rẹ fun gbogbo idile onigbagbọ, Oluwa mu wọn kuro.

29. A paṣe ki gbogbo ẹmi ibinu, ẹmi iṣekuṣe, ẹmi aigbagbọ, ailera, ariyanjiyan ati aini ifarada maa ja ide wọn ati igbamu wọn kuro lori gbogbo idile onigbagbọ, ni orukọ Jesu.

30. Oluwa, jẹki gbogbo idile onigbagbọ jẹ imọlẹ si gbogbo aiye ati ọkọ irinna fun igbala, ni orukọ Jesu.

31. Oluwa, gbe Esteri, Rutu ati Deborah dide ninu iran wa yi, ni orukọ Jesu.

32. Gbogbo agbara ti npa ayọ-ọrun ninu idile, ẹ maa bajẹ, ni orukọ Jesu.

33. Oluwa, fun wa ni ọgbọn ti o ye koro, lati tọ awọn ọmọ wa ni ọna Rẹ ninu ogo Ọlọrun.

34. Gbogbo igbeyawo onigbagbọ ti ọta ti ṣe atunto rẹ, ẹ maa gba atunto Ọlọrun bayi, ni orukọ Jesu.

35. Oluwa, jẹki ẹmi ọgbọn, idajọ, ifara-ẹniji, iwa pẹlẹ, igbọran si ọrọ Ọlọrun, iṣotitọ ninu ile maa wa sori gbogbo idile onigbagbọ, ni orukọ Jesu.

36. Oluwa, mu gbogbo ẹmi ti o lodi kuro larin awa ọmọ Rẹ ki o si fi ẹmi ti o tọ si arin wa, ni orukọ Jesu.

37. A gba aṣẹ lori gbogbo eto ati iṣẹ satani lori gbogbo idile awọn iranṣẹ Ọlọrun, ni orukọ Jesu.

38. Oluwa, mu ki okun ati agbara awọn iranṣẹ Rẹ pọ si lati ṣiṣe iranṣẹ laarin wa, ni orukọ Jesu.

39. Oluwa, jẹki ijọba Kristi de si gbogbo orilẹ-ede nipa ina, ni orukọ Jesu.

40. Gbogbo ohun ti nṣe eto eniyan ninu ẹya ara Kristi, Oluwa ba a jẹ ki O si gbe eto tiRẹ kale, ni orukọ Jesu.

ADURA FUN ORILẸ EDE
A O MA A GBA A DEEDE NI OJOJO ẸTI

BIBELI KIKA: 1Tim 2:1-2: Nitorina mo gba nyin niyanju şaju ohun gbogbo, pe ki a ma bẹẹ, ki a ma gbadura, ki a ma şipẹ, ati ki a ma dupẹ nitori gbogbo enia; Fun awọn ọba, ati gbogbo awọn ti o wa ni ipo giga; ki a le ma lo aiye wa ni idakẹjẹ ati pẹlẹ ninu gbogbo iwa-bi-Ọlọrun ati iwa agba.

Jer 1:10: Wo o, li oni yi ni mo fi ọ şe olori awọn orilẹ-ede, ati olori ijọba wọnni, lati fatu, ati lati fa lulẹ; lati parun, ati lati wo lulẹ; lati kọ, ati lati gbin.

Isa 61:1-6, Efe. 6:10-16.

Iyin ati ijọsin si Ọlọrun

1. Baba, ni orukọ Jesu, a jẹwọ gbogbo ẹşẹ ati aişedede ilẹ wa, ti awọn baba nla wa, ti awọn adari wa ati ti awa ọmọ orilẹ-ede yi, fun apẹẹrẹ, iwa ipa, kikọ Ọlọrun silẹ, iwa ibajẹ, ibọrişa, iwa ole, ifura, iwa aişododo, ikoro, ogun itajẹsilẹ, ikorira ati igbimọ lati şe iku pa ẹya kan, iwa işọtẹ, ọtẹ, tita-ẹjẹ-alaişẹ-silẹ, ogun ẹlẹya-mẹya, jiji ọmọ gbe ati iwa işe-ikupani, işẹ-ẹmi-okunkun, ifi-nkan-şofo, aibikita, wọbia ati bẹẹbẹẹ lọ.

2. A bẹbẹ fun aanu ati idariji, ni orukọ Jesu.

3. Oluwa, ranti ilẹ wa ki O si ra ilẹ wa pada, ni orukọ Jesu.

4. Oluwa, gba ilẹ wa lọwọ iparun ati idajọ.

5. Oluwa, jẹ ki agbara iwosan Rẹ bẹrẹ sini şişẹ lori ilẹ wa, ni orukọ Jesu.

6. Gbogbo agbara ati ipa okunkun ti ndi rinrin Ọlọrun lọwọ lorilẹ-ede yi, ẹ yarọ, ni orukọ Jesu.

7. Iwọ ọkunrin alagbara ti a yan ti orile-ede yi, a paşẹ ki o wọnu ide, ki o si gba itiju, ni orukọ Jesu.

8. Gbogbo agbekalẹ ibi ati igi satani ni orilẹ-ede yi, a fa yin tu, a si sọ yin sinu adagun ina, ni orukọ Jesu.

9. A duro lodi si gbogbo ẹmi aşodi si Kristi ti nşişẹ lodi si orilẹ-ede yi, a si paşẹ ki wọn maa gba ijakulẹ, ni orukọ Jesu.

10. A paşẹ ki okuta ina latọdọ Ọlọrun maa bọ lu gbogbo işe ati işẹ satani ni apapọ lorilẹ-ede yi, ni orukọ Jesu.

11. Gbogbo ifẹ, eto, ọgbọn, ati ireti ọta fun orilẹ-ede yi, ẹ gba ijakulẹ, ni orukọ Jesu.

12. Gbogbo ẹgun satani lori orilẹ-ede yi, şubu lulẹ ki o ku, ni orukọ Jesu.

13. Nipa ẹjẹ Jesu, gbogbo ẹṣẹ, aiwa-bi-Ọlọrun, ibọriṣa ati gbogbo ọgbọn ibi, ẹ maa dẹkun ni ilẹ wa, ni orukọ Jesu.

14. Ni orukọ Jesu, a fọ gbogbo majẹmu ati ifiniji ibi ti a ti ṣe lori ilẹ wa.

15. A pe ẹjẹ Jesu sori orilẹ-ede yi, ni orukọ Jesu.

16. A paṣẹ ifẹ Ọlọrun si ilẹ yi, bi eṣu fẹ, bi eṣu kọ.

17. Gbogbo agbara ati aṣẹ ti o lodi ni ilẹ Naijiria, ẹ gba ijakulẹ ati itiju, ni orukọ Jesu.

18. A ti gbogbo ilẹkun satani ni ilu kọọkan ni orilẹ-ede yi, ni orukọ Jesu.

19. Gbogbo itẹ ibi ni orilẹ-ede yi, ẹ fọ si wẹwẹ, ni orukọ Jesu.

20. A de gbogbo ipa ti o lodi ti nṣiṣe ninu aiye awọn adari wa ni orilẹ-ede yi, ni orukọ Jesu.

21. Oluwa, da ọwọ ina Rẹ le gbogbo awọn olori wa ni orilẹ-ede yi, ni orukọ Jesu.

22. A de gbogbo Ẹmi okunkun mujẹ-mujẹ ni orilẹ-ede yi, ni orukọ Jesu.

23. Oluwa, jẹki Ọba Alade Alafia jọba ni gbogbo ọna orilẹ-ede yi, ni orukọ Jesu.

24. Gbogbo ọta ihinrere, ẹ gba ijakulẹ ki ẹ si yarọ, ni orukọ Jesu.

25. Oluwa, ni orilẹ-ede yi, pese awọn oludari ti wọn ki yi o ri iṣẹ wọn bi anfani lati ko ọrọ orilẹ-ede yi jẹ, ṣugbọn ti wọn yi o ri iṣẹ wọn gẹgẹ bi i oun ti Ọlọrun gbe le wọn lọwọ lati ṣe tọkan-tọkan, ni orukọ Jesu.

26. Oluwa, jeki gbogbo aiwa-bi-Ọlọrun gba iparun nipa ina Ọlọrun, ni orukọ Jesu.

27. Oluwa, jẹki awọn adari wa ni ilu yi kun fun ọgbọn ati imọ Ọlọrun, ni orukọ Jesu.

28. Oluwa, jẹki awọn adari wa ni orilẹ-ede yi kọ imọran enia ati ti ẹmi okunkun ki wọn si tẹle imọran ti Ọlọrun, ni orukọ Jesu.

29. Oluwa, jẹki awọn adari wa ni orilẹ-ede yi kun fun ọgbọn ati imọ Ọlọrun, ni orukọ Jesu.

30. Oluwa, jẹki ijọba orilẹ-ede yi jẹ eyi ti yi o maa gba aṣẹ ati idari latọdọ Ọlọrun, ni orukọ Jesu.

31. Gbogbo pẹpẹ satani ni orilẹ-ede yi, ẹ gba ina Ọlọrun ki ẹ si jona di eeru, ni orukọ Jesu.

32. Gbogbo woli, alufa, ati adajọ ẹlẹmi okunkun, a payin lẹnu mọ, ni orukọ Jesu. A paṣẹ ki wọn maṣe da si ọrọ orilẹ-ede yi mọ, ni orukọ Jesu.

33. Ẹjẹ Jesu, fọ ilẹ wa mọ kuro lọwọ gbogbo adalu-ẹjẹ, ni orukọ Jesu.

34. A paṣẹ ina Ọlọrun sori gbogbo oriṣa, ẹbọ, etutu, ojubọ ati itẹ satani ni orilẹ-ede yi, ni orukọ Jesu.

35. Gbogbo adẹhun ti a mọ ati eyi ti a ko mọ, ti awa enia orilẹ-ede yi ti ni pẹlu satani, ẹ ba jẹ, ni orukọ Jesu.

36. A gba gbogbo ẹtọ wa, a si fi wọn jin fun Jesu.

37. Oluwa, jẹki gbogbo ilu ti mbẹ lorilẹ-ede yi ni iriri ibukun ati ifarahan Jesu.

38. A paṣẹ ki gbogbo ẹmi aika-ofin-si, iwa-ibajẹ, ati mimu ogun-oloro ni orilẹ-ede yi maa yarọ, ni orukọ Jesu.

39. Oluwa, jẹki agbara, ifẹ ati ogo Ọlọrun fi di mulẹ ni ilẹ wa, ni orukọ Jesu.

40. Oluwa, jẹki ebi ati ipongbẹ fun Ọlọrun kun ọkan gbogbo Kristiani ni orilẹ-ede yi, ni orukọ Jesu.

41. Oluwa, gbe ẹmi isọji kalẹ ni ilẹ Naijiria.

42. Oluwa, da ọwọ ina Rẹ le Olori-ogun, Ọmọ-ogun, Ọlọpa, Ile iṣẹ ati Ibi Ikẹkọ, Ile ẹkọ giga ti Fasiti, Ilẹ-ẹkọ giga ti Girama ni orilẹ-ede yi.

43. A paṣẹ ki agbara Jesu Kristi Oluwa bale ọrọ-aje orilẹ-ede yi, ni orukọ Jesu.

44. A paṣẹ ki iṣerere ati ibukun Oluwa wa nigbogbo ọna orilẹ-ede yi, ni orukọ Jesu.

45. A paṣẹ iyarọ fun gbogbo agbara ti nhalẹ mọ oṣelu, ọrọ, ati ifidimulẹ orilẹ-ede yi, ni orukọ Jesu.

46. Gbogbo ipa satani lori orilẹ-ede yi, latọdọ awọn ilu miran, a paṣẹ ki ẹ yarọ, ni orukọ Jesu.

47. Ni orukọ Jesu, a paṣẹ idarudapọ ati ede-aiyede saarin awọn ọmọ ẹrubirin ni ti o nfẹ fi ilu yi sinu ide.

48. Ni orukọ Jesu, a fọ gbogbo majẹmu ti o wa laarin awọn adari wa ati ipa satani lati ita.

49. Ni orukọ Jesu, a paṣẹ iyarọ fun gbogbo ẹmi ifi ọrọ ṣofo ni orilẹ-ede yi.

50. A paṣẹ ki ẹmi baara fi ilu yi silẹ, ni orukọ Jesu.

51. Oluwa, fi titobi Rẹ han lori ọrọ orilẹ-ede yi, ni orukọ Jesu.

52. Oluwa, jẹki ijọba Jesu Kristi de si orilẹ- ede yi, ni orukọ Jesu.

53. Oluwa, şe ohun ọtun ni ilu wa yi lati fi agbara ati titobi Rẹ han awọn keferi.

54. Oluwa, jẹki ijọba Jesu Kristi de sinu ọkan gbogbo ọmọ orilẹ-ede yi.

55. Oluwa, şaanu fun orilẹ-ede yi.

56. Gbogbo ogo ilẹ yi ti o ti sọnu, Oluwa da pada fun wa ni orukọ Jesu.

57. Gbogbo ibikibi ni orilẹ-ede yi ti ihinrere Jesu Kristi ko tii de, a paşẹ ki o de bẹ, ni orukọ Jesu.

58. Oluwa, ran alagbaşe sinu ọgba ajara Rẹ lati le mu ihinrere tọ awọn ti ko tii gbaa ni orilẹ-ede yi.

59. Gbogbo odi agbara ẹmi oşi ni ilu yi, a wo yin lulẹ, ni orukọ Jesu.

60. Oluwa, bẹrẹ eto Rẹ fun ilu yi, ni orukọ Jesu.

61. Gbogbo agbara okunkun ti nşişẹ lodi si awọn ile ikẹkọ wa, ẹ gba itiju, ni orukọ Jesu.

62. Gbogbo awọn aşoju satani ni ibi giga ni ilu yi, ẹ tuka, ni orukọ Jesu.

63. Gbogbo itẹ ibi nipa ti ẹmi ti o nti gbogbo itẹ ti a fojuri lẹhin ni ilẹ Naijiria, ẹ tuka, ni orukọ Jesu.

64. Gbogbo majẹmu satani ti ẹnikẹni ti şe nitori orilẹ-ede yi, gba ifagile, ni orukọ Jesu.

65. Gbogbo ejo ati akeekee ti igbimọ ni ori-o-jori ni ilẹ kọọkan ni orilẹ-ede yi, a tẹ yin pa, ni orukọ Jesu.

66. A paşẹ atunto eto ni ayika wa lati şe wa ni anfaani ni ilu yi, ni orukọ Jesu.

67. Gbogbo ọba ajeeji ti a yan nipa ti ẹmi, sori itẹ ni ilu yi, a rọ yin loye, ni orukọ Jesu.

68. Gbogbo ọlọla, ijoye, agbara, alaşẹ, okunkun, iwa buburu ni ibi giga ti nşişẹ lodi si ilu yi, ẹ wọnu ide ki ẹ si gba itiju, ni orukọ Jesu.

69. Oluwa, jẹ ki ododo Rẹ jọba ni gbogbo ẹya ilu yi, ni orukọ Jesu.

70. Yin Ọlọrun lati dupẹ pe O ti gbọ adura yi.

ÌPELE KINI – BABA MI, FI MI SI IPÒ FUN IGBELEKE TI KO WỌPỌ

IPELE KINI ỌJỌ KINI (08-08-2016)

Bibeli Kika: Danieli 3

Ijẹwọ: Nahumu 1:7: Rere li OLUWA, aabo li ọjọ ipọnju: oun si mọ awọn ti o gbẹkẹle e.

Orin iyin

Awọn orin iyin ati idupẹ

Adura Iyin ati Idupẹ

1. Mo f'ọpẹ fun Ọ, Oluwa fun ọpọlọpọ ibunkun aye yi, ni orukọ Jesu.

2. Mo f'ọpẹ fun Ọ, Oluwa, fun ilera mi ati agbara mi, ni orukọ Jesu.

3. Mo f'ọpẹ fun Ọ Oluwa, fun gbogbo awọn ayọ iyanu ti mo ti ri gba, ni orukọ Jesu.

4. Mo f'ọpẹ fun Ọ Oluwa, fun anfani ijọsin, ni orukọ Jesu.

5. Mo sọ gbogbo pẹpẹ onipa di alailagbara, ni orukọ Jesu.

6. Gbogbo alufa buburu ti n ṣiṣẹ lodi si mi lori pẹpẹ buburu, gba idà Ọlọrun, ni orukọ Jesu.

7. Gbogbo ègun arun ati amodi ti irandiran ninu aye mi, fọ nipa agbara ti nbẹ ninu èjè Jesu, ni orukọ Jesu.

8. Gbogbo majẹmu aisan ti irandiran ninu aye mi, fọ nipa agbara ti nbẹ ninu ẹjẹ Jesu, ni orukọ Jesu.

9. Gbogbo igbekun aisan ti irandiran ninu aye mi, fọ nipa agbara ti mbẹ ninu ẹjẹ Jesu, ni orukọ Jesu.

10. Gbogbo agbara buburu lati ile baba mi, ti nko aisan wọnu aye mi, ku, ni orukọ Jesu.

11. Gbogbo agbara buburu lati ile iya mi, ti nko aisan wọnu aye mi, ku, ni orukọ Jesu.

12. Ọlọrun dide, ki O si jẹ ki iṣoro irandiran olori kunkun ninu aye mi ku, ni oruko Jesu.

13. Gbogbo obiri inira ti irandiran, fọ, ni oruko Jesu.

14. Gbogbo igun ayanmọ ti ile baba mi, ku, ni oruko Jesu.

15. Mo ta a pada, gbogbo ọfa aje ti wọn ta sinu aye mi gẹgẹ bi ọmọ ọwọ, ni oruko Jesu.

16. Ina Ọlọrun, ara Ọlọrun, lepa awọn aleni-madẹhin ti irandiran, ni oruko Jesu.

17. Gbogbo agbara buburu ti idile Baba mi ti ko ni jẹ ki nlọ, ku, ni oruko Jesu.

18. Gbogbo agbara buburu ti irandiran ti wọn yan lati ba aye mi jẹ, tuka, ni oruko Jesu.

19. Mo pa gbogbo aisan ajogunba ninu aye mi nipa ẹjẹ Jesu, ni oruko Jesu.

20. Gbogbo agbara oriṣa ti idile baba mi, ku, ni oruko Jesu.

21. Gbogbo agbara buburu ti nlo aisan lati lepa mi lati ile baba mi, ku, ni oruko Jesu.

ÌPELE KÌÍNÍ, ỌJỌ́ KEJÌ (09-08-2016)

Bibeli Kika: Danieli 3
Ijẹwọ: Nahumu 1:7: Rere li OLUWA, aabo li ọjọ ipọnju: oun si mọ awọn ti o gbẹkẹle e.
Orin iyin
Awọn orin iyin ati idupẹ
Adura Iyin ati Idupẹ

22. Mo f'ọpẹ fun Ọ, Oluwa, fun ẹwa ologo ti aye ti a ngbe yi, ni oruko Jesu.

23. Mo f'ọpẹ fun Ọ, Oluwa, nitori wipe O ran mi lọwọ lati duro ninu agbara Rẹ, ni oruko Jesu.

24. Mo f'ọpẹ fun Ọ, Oluwa, nitori ti O ti fọ ilẹkun idẹ, O si ti fọ odi irin si wẹwẹ, ni oruko Jesu.

25. Mo f'ọpẹ fun Ọ, Oluwa nitori ti O ti fọ idẹ ẹṣẹ, O si ti mu mi lati jọsin fun Ọ, ni oruko Jesu.

26. Gbogbo agbara ti nya ayanmọ ẹni larọ ti wọn yan lodi si ayanmọ mi, ṣubu lulẹ ku, ni orukọ Jesu.

27. Gbogbo ayaworan posi t'ẹmi, mo paṣẹ ki o ṣubu lulẹ ku, ni orukọ Jesu.

28. Gbogbo agbara buburu ti nfi aisan le mi kiri lati ile iya mi wa, ku, ni orukọ Jesu.

29. Gbogbo oriṣa ile baba mi, ja ide rẹ lori aye mi, ni orukọ Jesu.

30. Gbogbo ọkunrin alagbara ti idile baba mi, ku, ni orukọ Jesu.

31. Mo pa a lẹnu mọ, igbe buburu ti awọn agbara buburu ile baba mi yan lodi si mi, ni orukọ Jesu.

32. Ina Ẹmi Mimọ, jo gbogbo ojubọ t'ẹmi ti idile baba mi run, ni orukọ Jesu.

33. Eto aisan ti agbara buburu ti idile baba mi, ku, ni orukọ Jesu.

34. Gbogbo agbara buburu ti idile baba mi ti nsọrọ lodi si ilera mi, tuka, ni orukọ Jesu.

35. Mo fọ gbogbo majẹmu irandiran pẹlu awọn agbara buburu ti idile baba mi, ni orukọ Jesu.

36. Gbogbo igi ti Ọlọrun Baba ko gbin sinu aye mi, ku, ni orukọ Jesu.

37. Ki awọn atunbọtan ọwọ Satani ti o gbe mi gẹgẹ bi ọmọ ọwọ d'opin, ni orukọ Jesu.

38. Ide ti olubi, ja nipa ina, ni orukọ Jesu.

39. Baba mi, rin pada si igba èwe mi, ki O si fọ aye mi mọ, ni orukọ Jesu.

40. Irugbin satani ninu ipilẹ mi, ku, ni orukọ Jesu.

41. Ejo ati akeeke ti iṣe ajẹ olorogun ti igba ewe, lati igba ewe mi wa, ku, ni orukọ Jesu.

42. Awọn ti npa ogo ninu ipilẹ mi, ku, ni orukọ Jesu.

ÌPELE KÌÍNÍ, ỌJỌ́ KẸTA (10-08-2016)
Bibeli Kika: Danieli 3
Ijẹwọ: Nahumu 1:7: Rere li OLUWA, aabo li ọjọ iponju: oun si mọ awọn ti o gbẹkẹle e.

Orin iyin

Awọn orin iyin ati idupẹ

Adura Iyin ati Idupẹ

43. Oluwa mo f'ọpẹ fun Ọ nitori ti O ti ṣegun iku, O si ti ṣi ilẹkun iye ayeraye silẹ fun wa, ni orukọ Jesu.

44. Mo f'ọpẹ fun Ọ Oluwa, nitori ti ọrọ Rẹ wipe nibi ti eniyan meji tabi mẹta ba gbe wa, ni orukọ Rẹ, Iwọ yoo wa ni aarin wọn, ni orukọ Jesu.

45. Mo f'ọpẹ fun Ọ, nitori wipe O wa titi lai lati maa ṣipẹ fun wa, ni orukọ Jesu.

46. Mo f'ọpẹ fun Ọ Oluwa, fun awọn anfani ti iku iyebiye Rẹ, ati ajinde Rẹ ti o lagbara, ni orukọ Jesu.

47. Gbogbo ibẹwo satani nitori aye mi, di asan, ni orukọ Jesu.

48. Ọlọrun dide, ki O si ṣe ibẹwo si gbogbo ojubọ ti wọn yan lodi si mi pẹlu ara ati iṣẹlẹ ilẹ, ni orukọ Jesu.

49. Ẹjẹ Jesu, dide ninu agbara iwẹnumọ Rẹ, ki O si fọ gbongbo mi mọ, ni orukọ Jesu.

50. Gbogbo agbara Hẹrọdu ti ntọpinpin irawọ mi, mo gbe ọ gbin bayi, ni orukọ Jesu.

51. Awọn ajaga ti wọn gbin sinu ipilẹ aye mi, fọ, ni orukọ Jesu.

52. Iṣoro iyowu ti wọn gbin si igba ewe mi lati ko adalu ba ọjọ ọla mi, ku, ni orukọ Jesu.

53. Onfa ikuna ti ipilẹ, gbana, ni orukọ Jesu.

54. Irugbin okunkun ti ndamu irawọ mi, yangbẹ nipa ina, ni orukọ Jesu.

55. Agbara aini-igbajumọ ti ndamu ayanmọ mi, ku, ni orukọ Jesu.

56. Agbara lati mọ itumọ ede irawọ mi, ba le mi bayi, ni orukọ Jesu.

57. Agbara lati ka akọle irawọ mi ninu awọn ọrun, ba le mi, ni orukọ Jesu.

58. Angẹli Ọlọrun alaaye, gbakoso awọn ọrun mi, ni orukọ Jesu.

59. Angẹli imọlẹ, dide, ki O si kun aṣalẹ mi ti o ṣokunkun, ni orukọ Jesu.

60. Angeli Ọlọrun alaaye, dide, ja ki O si gba awọn ibi giga mi fun mi, ni orukọ Jesu.

61. Jesu Oluwa, rin pada si igba ewe mi ki O si tun ipilẹ mi ṣe, ni orukọ Jesu.

62. Gbogbo irugbin satani si igba ewe mi, yọ danu nipa ina Ẹmi Mimọ, ni orukọ Jesu.

63. Gbogbo rabọrabọ ohun buburu iyowu ti mo ti gbe min tabi jẹ gẹgẹ bi ọmọde, yọ danu, ni orukọ Jesu.

ÌPELE KÌÍNÍ, ỌJỌ KẸRIN (11-08-2016)

Bibeli Kika: Danieli 3

Ijẹwọ: Nahumu 1:7: Rere li OLUWA, aabo li ọjọ iponju: oun si mọ awọn ti o gbẹkẹle e.

Orin iyin

Awọn orin iyin ati idupẹ

Adura Iyin ati Idupẹ

64. Mo dupẹ lọwọ rẹ, Oluwa, fun ẹwà ati okun ilẹ wa, ni orukọ Jesu.

65. Mo dupẹ́ lọwọ rẹ, fun ore-ọfẹ ti o fun wa lati sin ọ, ni orukọ Jesu.

66. Mo dupẹ́ lọwọ rẹ, Oluwa, fun gbogbo ibukun ti o fifun ni, ni oruko Jesu.

67. Mo dupẹ́ lọwọ rẹ, Oluwa, nitori pe iwọ ni apata ati ibi isadi mi, ni orukọ Jesu.

68. Gbogbo pẹpẹ satani, ti o gbe kalẹ lodi si ayanmọ mi, máa ṣídíí nipa ina, ni orukọ Jesu.

69. Ọlọrun, dide ki o si da ina ti ko ṣee pa sori gbogbo àjọ okunkun ti wọn yan lodi si mi, ni orukọ Jesu.

70. Agbara ti wọn yan lati gbe irawọ mi dè, tu igbamu rẹ, ni orukọ Jesu.

71. Irugbin ika yoowu ti wọn gbin si igba èwe mi, ina Ẹmi-mimọ, fi opin si, ni orukọ Jesu.

72. Awọn agbara ti wọn gbin si igba èwe mi ti o n yọ ọjọ́ òla mi lẹnu, gbọ òrọ̀ Oluwa, Oluwa yoo jẹ ki o gbẹ danu loni, ni orukọ Jesu.

73. Awọn agbara ti wọn gbin si igba èwe mi ti o n yọ ọjọ ọla mi lẹnu, mo gbẹ odò yin, bi odò Jọdani ti gbẹ, ni orukọ Jesu.

74. Awọn agbara ti wọn gbin si igba èwe mi ti o n yọ ọjọ ọla mi lẹnu, mo sọ gbongbo yin di gbigbẹ, bi Oluwa ti fi igi ọpọtọ re pe ki o gbẹ danu, ni orukọ Jesu.

75. Awọn agbara ti wọn gbin si igba èwe mi ti o n yọ ọjọ ọla mi lẹnu, mo ba ẹnu-ọna rẹ jẹ, orukọ Jesu.

76. Gbogbo omi kikoro ti aisan to n san ninu idile mi lati ọdọ agbara ibi ile Baba mi, gbẹ danu, ni orukọ Jesu.

77. Okùn yoowu to so ẹbí mi pọ̀ mọ́ agbara ibi ile Baba mi, já, ni orukọ Jesu.

78. Gbogbo onile t'ẹmi to n ni ilera mi lára, máa yarọ, ni orukọ Jesu.

79. Mo gba ilera mi ti agbara ika ile baba mi ti ji lọ, ni orukọ Jesu.

80. Nibo ni Ọlọrun Elija wa, dide, dojuti gbogbo ajogunba ibi ti agbara ile baba mi, ni orukọ Jesu.

81. Gbogbo alufaa satani ninu idile mi, gba idaduro ni orukọ Jesu.

82. Awọn ọfà aisan to wa latari iborisa, tu igbamu rẹ, ni orukọ Jesu.

83. Gbogbo ipa awọn agbara ibi ile baba mi ninu aye mi, kú, ni orukọ Jesu.

84. Gbogbo àlujára awọn agbara ibi ile baba mi, ni ibi ti a ti bi mi, to n fa aisan wọnu aye mi, tuka, ni orukọ Jesu.

ÌPELE KÌÍNÍ, ỌJỌ́ KARÙN-ÚN (12-08-2016)

Bibeli Kika: Danieli 3

Ijẹwọ: Nahumu 1:7: Rere li OLUWA, aabo li ọjọ iponju: oun si mọ awọn ti o gbẹkẹle e.

Orin iyin

Awọn orin iyin ati idupẹ

Adura Iyin ati Idupẹ

85. Baba, mo f'ọpẹ fun Ọ fun ẹbun iye, ni orukọ Jesu.

86. Baba, a f'ọpẹ fun Ọ fun aditu ti iṣeda wa, ni orukọ Jesu.

87. Baba, a f'ọpẹ fun Ọ nitori ti O dabobo wa, O si gbe wa ro nipa agbara Rẹ, ni orukọ Jesu.

88. Mo f'ọpẹ fun Ọ Oluwa, fun ore-ọfẹ lati gbadun ati lati niriri ifarahan Rẹ, ni orukọ Jesu.

89. Ki agbara Ọlọrun dukoko mọ, ki O si fi ijakulẹ fun gbogbo alafọsẹ ti wọn yan lodi si mi, ni orukọ Jesu.

90. Ọlọrun, la agọ awọn ọta mi kọja pẹlu ipọnju, ki O si jo ifororoyan iwa ika danu, ni orukọ Jesu.

91. Gbogbo ifiji satani ti nsọrọ lodi si mi, wo lulẹ nipa agbara ti mbẹ ninu ẹjẹ Jesu.

92. Gbogbo pẹpẹ atinuwa ti n o mọ, jona, ni orukọ Jesu.

93. Ohùn ti agbara buburu ti irandiran ti idile baba mi ki yo fọ mọ, ni orukọ Jesu.

94. Gbogbo ọkunrin alagbara ti agbara buburu ti idile baba mi yan lodi si aye mi, ku, ni orukọ Jesu.

95. Gbogbo iwe ileri satani ti awọn baba nla mi fi silẹ, jona, ni orukọ Jesu.

96. Ẹwu titakoni ti agbara buburu ile baba mi ran, jona, ni orukọ Jesu.

97. Gbogbo ikuku aisan ti satani lori aye mi, tuka, ni orukọ Jesu.

98. Iwọ agbara awọn ọlọrun ajeji ti nṣ'ofin lodi si ilera mi, tuka, ni orukọ Jesu.

99. Gbogbo irugbin aisan irandiran ninu aye mi, ku, ni orukọ Jesu.

100. Agbara Ọlọrun, fa aisan irandiran tu kuro ninu aye mi, ni orukọ Jesu.

101. Gbogbo sọmọni ti ko ba ni dọrẹ, ti ndojukọ eso ti mbẹ lori igi idile mi, gba imuso, ni orukọ Jesu.

102. Gbogbo ikun omi okunkun ti wọn yan ti igi idile mi, gba itiju, ni orukọ Jesu.

103. Gbogbo ile ẹru okunkun ti nha awọn ibukun ti irandiran mi mọ, gbọ ọrọ Oluwa: tu awọn ibukun wa silẹ, ni orukọ Jesu.

104. Gbogbo obiri okunkun ninu ẹjẹ mi ti ndamu Israẹli wa, ku, ni oruko Jesu.

105. Aṣiṣe awọn obi mi ko ni di ajalu temi, ni oruko Jesu.

ÌPELE KÌÍNÍ, ỌJỌ KẸFÀ (13-08-2016)
Bibeli Kika: Danieli 3
Ijẹwọ: Nahumu 1:7: Rere li OLUWA, aabo li ọjọ iponju: oun si mọ awọn ti o gbẹkẹle e.
Orin iyin
Awọn orin iyin ati idupẹ
Adura Iyin ati Idupẹ

106. Baba, mo f'ọpẹ fun Ọ fun awọn ileri Rẹ ti o jẹ bẹẹni ati amin, ni oruko Jesu.

107. Baba, mo f'ọpẹ fun Ọ, nitori ọrọ Rẹ ni fitila fun ẹsẹ mi ati imọlẹ si ipa ọna mi, ni oruko Jesu.

108. Baba, mo f'ọpẹ fun Ọ nitori awọn ibukun ati ojurere Rẹ lori aye mi, ni oruko Jesu.

109. Baba, mo f'ọpẹ fun Ọ nitori ti O ran ojo lati ọrun si mi gẹgẹ bi iri sori ilẹ gbigbẹ, ni oruko Jesu.

110. Gbogbo agbara ti wọn ran lati ba ayanmọ mi jẹ, opin rẹ ti de, ku, ni oruko Jesu.

111. Mo ba a jẹ, mo si fagile gbogbo asọtẹlẹ odi ti wọn sọ si ayanmọ mi, ni oruko Jesu.

112. Aiṣedeede ti ile baba mi ki yo ja ayanmọ mi lole, ni oruko Jesu.

113. Ohunkohun ti ọta ti gbe kalẹ lodi si iran idile mi, yipada, ni oruko Jesu.

114. Gbogbo majẹmu irandiran ti nfi agbara fun ijiya ati ibanujẹ ninu iran idile mi, fọ, ni oruko Jesu.

115. Egun iyowu ti idile mi nsinru labẹ rẹ, fọ nipa agbara ti mbẹ ninu ẹjẹ Jesu.

116. Jesu Oluwa, rin pada sinu ipilẹ mi, ki O si ṣe iṣẹ atunkọ ti yoo mu aye mi tẹsiwaju.

117. Oluwa, rin pada sẹyin ni iran kan ninu idile mi, ki O si fagile gbogbo aṣẹ satani ti ọta nlo lati da mi loro, ni orukọ Jesu.

118. Gbogbo akọle eniyan ika, ti wọn ṣ'eto sinu ipilẹ mi nipasẹ ibọriṣa, parẹ nipa ẹjẹ Jesu, ni orukọ Jesu.

119. Baba mi, fọ iran ẹjẹ mi mọ, ni orukọ Jesu.

120. Ohun ti baba mi ko gbadun, emi yoo gbadun rẹ, ni orukọ Jesu.

121. Ọlọrun, ko gbogbo ibukun awọn baba nla mi jọ, ki O si fi wọn fun mi, ni orukọ Jesu.

122. Mo ṣe ikede ti o lodi si ti awọn ọta, ni orukọ Jesu.

123. Ki ayanmọ mi gba atunto lati ṣe aye mi ni ire, ni orukọ Jesu.

124. Mo kọ lati lakaka fun ohun ti awọn obi mi lakaka fun, ni orukọ Jesu.

125. Amubọ ohun rere, ku, ni orukọ Jesu.

126. Obiri okunkun ni iran ẹjẹ mi, ku, ni orukọ Jesu.

ÌPELE KÌÍNÍ, ỌJỌ́ KEJE (14-08-2016)

Bibeli Kika: Danieli 3
Ijẹwọ: Nahumu 1:7: Rere li OLUWA, aabo li ọjọ ipọnju: oun si mọ awọn ti o gbẹkẹle e.
Orin iyin
Awọn orin iyin ati idupẹ
Adura Iyin ati Idupẹ

127. Baba, mo f'ọpẹ fun Ọ nitori ayọ iwa mimọ, ati if'ọwọkan ti iwa pẹlẹ Rẹ, ni orukọ Jesu.

128. Baba, mo f'ọpẹ fun Ọ, nitori ti O bukun fun mi nipasẹ awọn ileri Rẹ nipa Ẹmi Rẹ, ni orukọ Jesu.

129. Baba, a f'ọpẹ fun Ọ, nitori adun to nbẹ ninu sisunmọ Ọ, ati iṣoore itọju Rẹ, ni orukọ Jesu.

130. Baba, mo f'ọpẹ fun Ọ nitori ti O fi ojurere ti ko wọpọ yi mi ka gẹgẹ bi abo, ni orukọ Jesu.

131. Ki ajọ awọn ajẹ di ahoro, ki a ma si ṣe ri ẹni ti yoo ma gbe inu rẹ, ni orukọ Jesu.

132. Mo paṣẹ ki orun pa awọn aninilara mi ni ọsan, ki oṣupa ati irawọ pa wọn ni oru, ni orukọ Jesu.

133. Ohunkohun ti ọta ti gbekalẹ, mo yi wọn pada, ni orukọ Jesu.

134. Ohun elo ti nsọkalẹ tọ mi wa, ti ọta ti gbekalẹ, gba iya-si-mimọ nipasẹ agbelebu, ni orukọ Jesu.

135. Ẹjẹ Jesu, ṣan wọnu iran idile mi, ki O si fọ gbogbo aye igbogunti satani lodi si ayanmọ mi danu, ni orukọ Jesu.

136. Baba mi, mo bere ninu ironupiwada fun idariji gbogbo ẹṣẹ idile mi, ni orukọ Jesu.

137. Baba mi, ran awọn angẹli Rẹ lati mu olukuluku ara ile mi jade kuro ninu okunkun sinu imọlẹ, ni orukọ Jesu.

138. Iwọ agbara okunkun ti idile baba mi, ti nfa aisan ati inira igba gbogbo ninu aye mi, ku, ni orukọ Jesu.

139. Ina Ọlọrun, jo gbogbo aisan ajogunba ati ipọnju kuro lọwọ awọn agbara buburu ti idile baba mi, ni orukọ Jesu.

140. Inira agbegbe ti agbara buburu ile baba mi, tuka nipa ina, ni orukọ Jesu.

141. Gbogbo ahọn ti agbara buburu ile baba mi, ti nsọrọ aisan sinu aye mi, dakẹjẹ, ni orukọ Jesu.

142. Gbogbo igbogunti lodi si ilera mi lati inu oyun, nipa agbara buburu ti idile baba mi, tuka, ni orukọ Jesu.

143. Gbogbo obiri aisan ati ipọnju ti agbara buburu ti ile baba mi, fọ, ni orukọ Jesu.

144. Ẹyin ẹlẹru ibi ti aisan irandiran, ẹ gbe ẹru yin, ni orukọ Jesu.

145. Gbogbo amuniso irandiran, gba imuso, ni oruko Jesu.

146. Gbogbo aisan ti won gbin sinu ipile mi, tuka, ni oruko Jesu.

147. Gbogbo ejo aisan ninu ipile mi, ku, ni oruko Jesu.

ÌPELE KÌÍNÍ, ỌJỌ́ KẸJỌ (15-08-2016)
Bibeli Kika: Danieli 3
Ijẹwọ: Nahumu 1:7: Rere li OLUWA, aabo li ọjọ iponju: oun si mọ awọn ti o gbẹkẹle e.
Orin iyin
Awọn orin iyin ati idupẹ
Adura Iyin ati Idupẹ

148. Baba, mo dupẹ nitori ti O fun mi ni ogo Rẹ gẹgẹ bi ọla Rẹ, ni oruko Jesu.

149. Baba, mo dupẹ nitori ti O fun mi ni ogbọn Rẹ, ni oruko Jesu.

150. Baba, mo dupẹ nitori ti aanu Rẹ si awọn eniyan Rẹ pọ jọjọ, ni oruko Jesu.

151. Baba, a f'ọpẹ fun Ọ nitori ti O pe wa lati jẹ eniyan Rẹ, ni oruko Jesu.

152. Mo paṣẹ ki awọn irawọ ni ipa wọn ja lodi si awọn aleni madeyin mi, ni oruko Jesu.

153. Ọlọrun, dide, bu ramuramu ki O si ṣẹgun awọn ọta mi, ni oruko Jesu.

154. Gbogbo akeke aisan ninu ipile mi, ku, ni oruko Jesu.

155. Ina Ẹmi Mimọ, jo gbobo ojubọ tẹmi ti ile baba mi lulẹ, ni oruko Jesu.

156. Gbogbo agbara buburu ti orisa idile mi, ki ni o nduro de? Ku, ni oruko Jesu.

157. Gbogbo ipile ika ti orisa idile baba mi pese silẹ fun mi, ku, ni oruko Jesu.

158. Mo tu ara mi silẹ kuro ninu ago orisa idile baba mi, ni oruko Jesu.

159. Ẹjẹ Jesu, fọ gbogbo asopọ ẹjẹ laarin emi ati orisa idile.

160. Agbara ti wọn gbin si igba ewe lati damu ọjọ ọla mi, mo fọ ilẹkun idẹ rẹ si wẹwẹ, ni oruko Jesu.

161. Agbara ti wọn gbin si igba ewe mi, mo ge ilẹkun idẹ rẹ si wẹwẹ, ni oruko Jesu.

162. Agbara ti wọn gbin si igba ewe mi lati damu ọjọ ọla mi, mo wo odi rẹ lulẹ, gẹgẹ bi a ti wo odi Jẹriko lulẹ, ni oruko Jesu.

163. Agbara ti wọn gbin si igba ewe mi lati damu ọjọ ọla mi, mo ke awọn okun rẹ danu, mo si ju wọn nu, ni oruko Jesu.

164. Agbara ti wọn gbin si igba ewe mi lati damu ọjọ ọla mi, mo paṣẹ ki o wolẹ fun Jesu.

165. Agbara ti wọn gbin si igba ewe mi lati damu ọjọ ọla mi, mo fi okun ko ahọn rẹ, ni oruko Jesu.

166. Agbara ti wọn gbin si igba ewe mi lati damu ọjọ ọla mi, mo fi ẹgun si pari rẹ, ni oruko Jesu.

167. Agbara ti wọn gbin si igba ewe mi lati damu ọjọ ọla mi, mo gba itẹ rẹ kuro, ni oruko Jesu.

168. Agbara ti wọn gbin si igba ewe mi lati damu ọjọ ọla mi, mo paṣẹ ki o joko sori erupẹ, ni oruko Jesu.

ÌPELE KÌÍNÍ, ỌJỌ́ KẸSÀN-ÁN (16-08-2016)

Bibeli Kika: Danieli 3

Ijẹwọ: Nahumu 1:7: Rere li OLUWA, aabo li ọjọ iponju: oun si mọ awọn ti o gbẹkẹle e.

Orin iyin

Awọn orin iyin ati idupẹ

Adura Iyin ati Idupẹ

169. Baba, a f'ọpẹ fun Ọ nitori ti O yan wa lati fi ogo fun Ọ, ni oruko Jesu.

170. Baba, a f'ọpẹ fun Ọ nitori ti O fọ ọkan ati aye wa pẹlu ọrọ mimọ Rẹ, ni oruko Jesu.

171. Baba, a f'ọpẹ fun Ọ nitori iṣoore ati ire rẹ si wa, ni oruko Jesu.

172. Baba, a f'ọpẹ fun Ọ nitori ti O da wa ni aworan ara rẹ, ni oruko Jesu.

173. Ki ikorajọpọ awọn eniyan ika lodi si mi gba idajọ, ni oruko Jesu.

174. Ọlọrun dide, ki O si gbe gbogbo Hamani ti wọn yan lodi si aye mi kọ, ni oruko Jesu.

175. Agbara emi idile ati agbara alayanle ti mbẹ nidi ọrọ ile baba mi, ku, ni oruko Jesu.

176. Iṣẹ ipilẹ ti wọn ṣe lodi si igbeleke mi, ku, ni oruko Jesu.

177. Gbogbo oorun satani ti njade lati inu kọrọ idile mi, yọ danu, ni oruko Jesu.

178. Gbogbo egun ti mo nsiru labẹ rẹ, fọ nipa agbara ti mbẹ ninu ẹjẹ Jesu.

179. Gbogbo majemu ti idile mi nsiru labẹ rẹ, fọ nipa agbara ti nbẹ ninu ẹjẹ Jesu.

180. Gbogbo agbara ti nyi ayanmọ idile mi pada, tuka, ni oruko Jesu.

181. Gbogbo ipọnju ni iran idile mi, ku, ni oruko Jesu.

182. Gbogbo inawonara satani ninu awọn ọrun, ti wọn nreti ki o ma fi aburu igba-de-gba han ninu idile mi, run womuwomu, ni oruko Jesu.

183. Baba mi, fi ipilẹ tuntun lelẹ fun iran idile mi, ni oruko Jesu.

184. Gbogbo agbara ti olugbẹsan ika lori iran idile mi, parun, ni oruko Jesu.

185. Ẹjẹ Jesu, yọ ohun buburu iyowu ti mo jogun lati ara ẹjẹ awọn obi mi, ni oruko Jesu.

186. Nipa ẹjẹ Jesu, mo tu igi idile mi silẹ kuro lọwọ ejo ati akeke, ni oruko Jesu.

187. Gbogbo ikan satani ti nṣiṣe ninu igi idile mi, gbẹ danu ki o si ku, ni oruko Jesu.

188. Ẹjẹ Jesu ati ina Ẹmi Mimọ, fọ ipilẹ gbogbo olukuluku ninu idile mi mọ, ni oruko Jesu.

189. Ayaworan ati ọmọle ipọnju ni iran idile mi, tuka, ni oruko Jesu.

ÌPELE KÌÍNÍ, ỌJỌ́ KẸWÀÁ (17-08-2016)

Bibeli Kika: Danieli 3

Ijẹwọ: Nahumu 1:7: Rere li OLUWA, aabo li ọjọ iponju: oun si mọ awọn ti o gbẹkẹle e.

Orin iyin

Awọn orin iyin ati idupẹ

Adura Iyin ati Idupẹ

190. Baba, a f'ọpẹ fun Ọ nitori ifẹ ati itọnni Rẹ lori aye wa, ni orukọ Jesu.

191. Baba, a f'ọpẹ fun Ọ nitori irapada wa nipasẹ Jesu Kristi Oluwa, ni orukọ Jesu.

192. Baba, a f'ọpẹ fun Ọ, nitori ete wa mbẹ fun iyin Rẹ, ọwọ wa si mbẹ lati sin Ọ, ni orukọ Jesu.

193. Mo ti i pa, gbogbo ọkọ oju omi ti nru awọn anfani mi danu, ni orukọ Jesu.

194. Ọlọrun dide ki O si fi gbogbo iṣe okunkun ti nṣiṣẹ lodi si mi ṣofo, ni orukọ Jesu.

195. Ọwọ iyowu ti o le fẹ gbẹsan tabi mu mi so, nitori gbogbo adura ti mo ngba yi, gbẹ danu ki o si rọ, ni orukọ Jesu.

196. Gbogbo agbara odi tii, bi baba ṣe ri ni ọmọ rẹ ọkunrin ri, bi iya ṣe ri ni ọmọbinrin rẹ ri, poora nipa agbara ti mbẹ ninu ẹjẹ Jesu.

197. Ni orukọ Jesu, mo run gbogbo agbara ti ọkunrin alagbara ti wọn yan lati damu iran ẹjẹ idile mi, ni orukọ Jesu.

198. Gbogbo ojiṣẹ iwa ika ni iran ẹjẹ idile mi, mo gbe ọ de, mo si le ọ jade pẹlu gbogbo gbongbo rẹ, ni orukọ Jesu.

199. Gbogbo egun, majẹmu buburu ati ibọde ti nṣiṣẹ lodi si irawọ idile mi, ku, ni orukọ Jesu.

200. Ọkunrin alagbara ti mbẹ nidi iṣoro idile mi, ku, ni orukọ Jesu.

201. Ohunkohun ti wọn gbin sinu agbole idile mi ti nru awọn ẹmi eṣu igba lailai s'oke, gbana, ni orukọ Jesu.

202. Igi buburu iyowu ti wọn gbin si ibikibi ti nsọrọ lodi si ayanmọ mi, gbẹ danu de gbongbo, ni orukọ Jesu.

203. Igbimọ satani ti wọn gbekalẹ lodi si iran idile mi, tuka, ni orukọ Jesu.

204. Gbogbo ofin satani ti wọn ṣeto lodi si igbega mi, ku, ni orukọ Jesu.

205. Gbogbo ofin irandiran ti wọn ṣeto sinu awọn ọrun lodi si igbega mi, ku, ni orukọ Jesu.

206. Ọlọrun dide, ki O si lo gbogbo ohun ija ti O ni lati dojuti awọn ọta igbega mi, ni orukọ Jesu.

207. Gbogbo ifẹ ati afẹri ika ti wọn ṣeto lodi si aye mi, ku, ni orukọ Jesu.

208. Gbogbo edidi ajogunba lori ayanmọ mi, mo fọ, mo si yọ ọ danu, ni orukọ Jesu.

209. Gbogbo ẹjẹ satani lodi si ayanmọ mi, ku, ni orukọ Jesu.

210. Gbogbo irubọ satani ti wọn yan lodi si ayanmọ mi, ku, ni orukọ Jesu.

IPELE KINI - IJẸWỌ

Gbobo ọrọ ti o ti ẹnu mi jade jẹ ọrọ Ọlọrun, wọn yoo jade lọ lati lọ ṣe eredi ti mo fi ran ọrọ naa jade, ní orúkọ Jésù. Gẹgẹ bi iṣẹ ọwọ Ọlọrun, ti a fi ororoyan pẹlu ororo ayọ, emi jẹ ọlọrọ nitori ti Jesu ti fun mi ni ohun gbogbo ti o jẹ mọ ti aye yi. Eyi ni igbe aye ti o lere ati iseso ninu ohun gbogbo ti mo ba ṣe, ní orúkọ Jésù. Emi jẹ akopa ninu gbogbo ibukun ti ọrun nitori ti a ti kọwe rẹ wipe Ọlọrun ti bukun fun gbogbo ọmọ Rẹ pẹlu awọn ibukun ti ẹmi ninu awọn ọrun. Oluwa yoo da pada fun mi, awọn ọdun ti eeṣu ti jẹ, kokoro jewejewe ati jẹmọjẹmọ, ati ikan, ní orúkọ Jésù. Oluwa yoo fọ ile mi mọ, a si fọ ọwọ mi mọ pẹlu ohun ini mi, ní orúkọ Jésù. Gbogbo agbaye le pinnu lati roro, ki ibi si ma ṣan ninu rẹ bi omi odo. Ọta ninu erongba buburu rẹ lepinnu lodi si mi. Aye le kọ lati ma wariri; ohunkohun ti iba ṣẹlẹ, mo kọ lati mi titi, ní orúkọ Jésù.

IṢỌ ORU TI IPELE YI

(A o ma gba awọn adura wọnyi laari ago mejila oru si ago meji)

ORIN FUN IṢỌ ORU

1. Mo fọ, mo si ja ara mi danu kuro lọwọ gbogbo egun ajogunba, ni orukọ Jesu.
2. Ki gbogbo egun ajẹ ti nṣiṣẹ lodi si mi maa yipada nipa ẹjẹ Jesu.
3. Mo ko gbogbo egun ajẹ ti wọn fi le aye mi papọ, mo si daa pada si ọdọ ẹni ti o ran wa, ni orukọ Jesu.
4. Mo ke ara mi danu kuro lọwọ gbogbo ẹmi ẹlẹyamẹya ati egun, ni orukọ Jesu.
5. Mo ke ara mi kuro lọwọ gbogbo ẹmi ati egun agbegbe, ni orukọ Jesu.
6. Ki gbogbo ẹmi Balaamu ti wọn bẹ lọwẹ lati fi mi re ṣubu gẹgẹ bii ti Balaamu, ni orukọ Jesu.
7. Gbogbo egun buburu ti awọn ojiṣẹ satani gbe le aye mi, gba ifagile nipa ẹjẹ Jesu.
8. Gbogbo egun iku aitọjọ lori aye mi, fọ, nipa ẹjẹ Jesu, ni orukọ Jesu.
9. Mo ke ara mi kuro lọwọ gbogbo ẹmi ati egun agbegbe, ni orukọ Jesu.
10. Ki gbogbo egun ajẹ ti nṣiṣẹ lodi si mi maa yipada nipa ẹjẹ Jesu.
11. Mo lo ẹjẹ Jesu lati fọ gbogbo egun.
12. Mo fọọ, mo sl ja ara mi gba kuro lọwọ gbogbo egun apapọ, ni orukọ Jesu.
13. Mo gba aṣẹ lori gbogbo egun ti wọn gbe le aye mi, ni orukọ Jesu.
14. Sọ fun Ọlọrun ki o mu kuro, gbogbo egun ti Ọlọrun gbe le aye rẹ nitori aigbọran.
15. Mo paṣẹ ki gbogbo ẹmi eṣu ti o so pọ mọ egun iyowu fi mi silẹ bayi, ni orukọ nla Jesu Kristi Oluwa wa.
16. Ki gbogbo egun ti wọn gbe le mi lori maa yipada di ibukun, ni orukọ Jesu.
17. Gbogbo egun aisan ninu ọpọlọ ati agọ ara, mo tu ara mi silẹ kuro ninu rẹ, ni orukọ Jesu.

18. Gbogbo egun ikuna ati ijakulẹ, mo tu ara mi silẹ kuro ninu rẹ, ni orukọ Jesu.

19. Gbogbo egun oṣi, mo tu ara mi silẹ kuro ninu rẹ, ni orukọ Jesu.

20. Gbogbo egun ituka ti idile, mo tu ara mi silẹ kuro lọwọ rẹ, ni orukọ Jesu.

21. Gbogbo egun inira, mo tu ara mi silẹ kuro lọwọ rẹ, ni orukọ Jesu.

ÌPELE KEJÍ –RIRUN ÀLÈ SATANI WOMUWOMU

ÌPELE KEJÌ, ỌJỌ́ KÌÍNÍ (18-08-2016)

Bibeli Kika: Marku 10
Ijẹwọ: Romu 8:31: Njẹ kili awa o ha si wi si nkan wọnyin? Bi Ọlọrun bá wà fun wa, tani yio kọ oju ija si wa?:
Orin iyin
Awọn orin iyin ati idupẹ
Adura Iyin ati Idupẹ

1. Baba mi, rin lori omi aye mi, ni orukọ Jesu.

2. Iwọ agbara Ọlọrun, dide, jẹ ki ẹri mi yara kankan, ni orukọ Jesu.

3. Ogun satani ti wọn yan lati ba orukọ mi jẹ, ku, ni orukọ Jesu.

4. Aburu ki yo dagba ninu mi, ni orukọ Jesu.

5. Mo gba iṣiṣẹ mi pada kuro ninu iṣilọna satani, ni orukọ Jesu.

6. Ọlọrun Ẹmi Mimọ, dide ki O si jẹ ki awọn ọta mi tuka, ni orukọ Jesu.

7. Ọlọrun, so mi pọ mọ agbara Rẹ, ami ati àrà, ni orukọ Jesu.

8. Baba mi, fi mi ṣe aditu àrà, ni orukọ Jesu.

9. Mo so ara mi mọ agbara ajinde Rẹ, ni orukọ Jesu.

10. Ọlọrun ami ati àrà, dide ninu agbara Rẹ, lepa awọn ti nlepa mi, ni orukọ Jesu.

11. Baba mi, polongo ogo Rẹ ninu aye mi, ni orukọ Jesu.

12. Ọlọrun Elijah, dide nipa ina, ni orukọ Jesu.

13. Nipa agbara iṣẹ iyanu rẹ, wa mi kan, ni orukọ Jesu.

14. Ogun iyowu ti wọn yan lodi si mi, mo sọ ọ di alailagbara, ni orukọ Jesu.

15. Gbogbo agbara ajeji ti wọn yan lodi si mi, mo sọ di korofo, ni orukọ Jesu.

16. Ijakulẹ, mo ja ọ kulẹ, o ti to gẹẹ, mo gbọdọ gba ohun ini mi, ni orukọ Jesu.

17. Gbogbo agbara ti ndamu ala mi, Ọlọrun mi yoo damu rẹ loni, ni orukọ Jesu.

18. Mo fi gbogbo iṣoro ti ngan mi ṣeleya, ni orukọ Jesu.

19. Ifororoyan lati dojuti awọn iṣoro mi, ba le mi, ni orukọ Jesu.

20. Gbogbo egun ti o so rọ sori igi idile mi, fọ, ni orukọ Jesu.

21. Gbogbo agbara aditu ti o lodi, ti nlepa aye mi, ku, ni orukọ Jesu.

ÌPELE KEJÌ, ỌJỌ́ KEJÌ (19-08-2016)
Bibeli Kika: Marku 10
Ijẹwọ: Romu 8:31: Njẹ kili awa o ha si wi si nkan wọnyin? Bi Ọlọrun bá wà fun wa, tani yio kọ oju ija si wa?
Orin iyin
Awọn orin iyin ati idupẹ
Adura Iyin ati Idupẹ

22. Iwọ kiniun ẹya Judah, sọ inira mi di ijọba, ni orukọ Jesu.

23. Igbekun iṣoro olobiri, fọ, ni orukọ Jesu.

24. Ọlọrun dide, ki O si po awọn ọta mi ninu pọ, ni orukọ Jesu.

25. Ọlọrun Elijah, dide ki O si fagile gbogbo iponju mi, ni orukọ Jesu.

26. Ọlọrun dide nipa àra agbara Rẹ ki O si jẹ ki itan mi yipada, ni orukọ Jesu.

27. Ọlọrun dide, ninu agbara Rẹ ti nfọ ajaga, ki O si fọ ajaga mi, ni orukọ Jesu.

28. Ọlọrun Abrahamu, dide ki O si fi awọn ọta mi ṣeleya, ni orukọ Jesu.

29. Ọlọrun Isaaki, dide, ki O si sọ ẹrin mi di pupọ, ni orukọ Jesu.

30. Ọlọrun Israẹli, dide, gbe mi ga nipa ina, ni orukọ Jesu.

31. Nipa agbara Rẹ ti ngbe nkan de, Ọlọrun dide, gbe awọn ti n da mi loro de, ni orukọ Jesu.

32. Nipa agbara koṣeunti Rẹ, Ọlọrun dide, farahan ninu aye mi, ni orukọ Jesu.

33. Baba mi, Baba mi, Baba mi, dide ki O si jẹ ki aye mọ pe Iwọ ni Ọlọrun mi, ni orukọ Jesu.

34. Baba mi, jẹ ki ibinu Rẹ dide ki o si lepa awọn ti nlepa mi, ni orukọ Jesu.

35. Iwọ apa Oluwa, dide, fi ina la ọna mi sinu aluyọ, ni orukọ Jesu.

36. Agbara ti ọrun ti yan lati sọ mi di ẹni nla, dide, farahan, ni orukọ Jesu.

37. Ọlọrun, tu irunu Rẹ silẹ sori gbogbo agbara ajẹ ti ndamu ayanmọ mi, ni oruko Jesu.

38. Ọlọrun dide, tu ibinu Rẹ sori gbogbo ojiṣẹ iponju ti ndamu irawọ mi, ni oruko Jesu.

39. Ọlọrun dide, fa wọn tu kuro ni ilẹ wọn ninu ibinu Rẹ, ni oruko Jesu.

40. Abẹla eniyan ika, mo pa ọ, ku, ni oruko Jesu.

41. Gbogbo iroyin ti wọn fi pamọ sinu ajọ ajẹ lodi si mi, gbana, ni oruko Jesu.

42. Iwọ aake Ọlọrun, ge gbogbo igi ajẹ ti ngbogunti aye mi lulẹ, ni oruko Jesu.

ÌPELE KEJÌ, ỌJỌ́ KẸTA (20-08-2016)
Bibeli Kika: Marku 10
Ijẹwọ: Romu 8:31: Njẹ kili awa o ha si wi si nkan wọnyin? Bi Ọlọrun bá wà fun wa, tani yio kọ oju ija si wa?
Orin iyin
Awọn orin iyin ati idupẹ
Adura Iyin ati Idupẹ

43. Mo tu iwariri ati laasigbo sori ipejọpọ buburu ti wọn pe lati dojuti mi, ni oruko Jesu.

44. Mo tu idarudapọ ati ipadaseyin si ori gbogbo aṣeto satani ti ngbogunti irawọ mi, ni oruko Jesu.

45. Gbogbo ago ti wọn kan lati ha irawọ mi mọ, mo fọ si wẹwẹ, ni oruko Jesu.

46. Mo tu ajakalẹ arun ti Egipti si ori gbogbo ajọ ajẹ ti nhalẹ mọ iwalaaye mi, ni oruko Jesu.

47. Iwọ ti o gbe ara rẹ ga gẹgẹ bi idi lodi si mi, mo wo ọ lulẹ, ni oruko Jesu.

48. Gbogbo awọn to n gba gbese irandiran, gba itusilẹ, ni oruko Jesu.

49. Gbogbo kolo ati ile ẹru, ti o di ibukun ọrọ mi mu, gbana, ni oruko Jesu.

50. Odi okunkun ti o da ayanmọmi duro s'ojukan, tuka, ni oruko Jesu.

51. Odi airi ti nda awọn ire aye mi duro, tuka, ni oruko Jesu.

52. Odi airi ti nda awọn alumọni mi duro, tuka, ni oruko Jesu.

53. Gbogbo pampẹ ti njẹ ki obiri buburu maa waye, mu ẹni ti o ni ọ, ni orukọ Jesu.

54. Ikẹkun wiwa ni ibi ti o tọ ni asiko ti ko yẹ, fọ nipa ina, ni orukọ Jesu.

55. Ikẹkun pipẹ de pẹlu ọjọ kan, kiku naira kan ti owo yoo fi pe, fọ, ni orukọ Jesu.

56. Ikẹkun o ti kere ju, o ti pẹ ju, fọ, ni orukọ Jesu.

57. Adura Jabesi lati ru ipọsi mi s'oke, farahan ninu aye mi, ni orukọ Jesu.

58. Gbogbo adehun ti awọn baba nla mi f'ọwọsi ninu awọn ọrun, faya, ni orukọ Jesu.

59. Gbogbo akọle aja ti wọn yan lati ṣi mi lọna, ja danu,ni orukọ Jesu.

60. Ṣidi, iwọ oke oṣi, ni orukọ Jesu.

61. Mo fi gbogbo oke iṣoro ṣofo danu, ni orukọ Jesu.

62. Oke buburu ninu aye mi, ṣofo danu, ni orukọ Jesu.

63. Gbogbo ọta ti o ti gbe eto iṣuna owo mi min, pọ wọn, ni orukọ Jesu.

ÌPELE KEJÌ, ỌJỌ́ KẸRIN (21-08-2016)
Bibeli Kika: Marku 10
Ijẹwọ: Romu 8:31: Njẹ kili awa o ha si wi si nkan wọnyin? Bi Ọlọrun bá wà fun wa, tani yio kọ oju ija si wa?
Orin iyin
Awọn orin iyin ati idupẹ
Adura Iyin ati Idupẹ

64. Mo gba ipọsi ojiji ati igbeleke iyanu, ni orukọ Jesu.

65. Mo fo re kọja awọn ọta mi nipa agbara ti mbẹ ninu ẹjẹ Jesu.

66. Angẹli oṣi, poora kuro ni ẹnu ọna alaja mi, ni orukọ Jesu.

67. Agbara ti nfa ọrọ̀ mọra, ba le mi, ni orukọ Jesu.

68. Ọlọrun dide, ki O si fi mi ṣe aake agbara Rẹ ni aye, ni orukọ Jesu.

69. Gbogbo ẹwu ajeji ti mbẹ lara mi nipa tẹmi, gbana, ni orukọ Jesu.

70. Pẹpẹ Baali ninu aye mi, ku, ni orukọ Jesu.

71. Mo jade kuro ni inu gbogbo ẹmi buburu, ni orukọ Jesu.

72. Oluwa, mu mi jade kuro ninu ojiji iku, ni orukọ Jesu.

73. Gbogbo agbara ajinigbe, ku, ni orukọ Jesu.

74. Aditu ekuru iyowu lodi si mi, tuka, ni orukọ Jesu.

75. Ko si iṣe oṣo ninu okowo mi ti yoo ṣerere mọ, ni orukọ Jesu.

76. Ki if'arapa pupọ ṣẹlẹ laarin awọn oṣo ati aje, ni orukọ Jesu.

77. Mo kede if'arapa sori awọn aje ati oṣo, ni orukọ Jesu.

78. Ina Ọlọrun, gbe ibinu rẹ si ori awọn aninilara mi, ni orukọ Jesu.

79. Awọn ajẹnirun ti yoo lepa awọn ọta mi, ẹ dide ki ẹ bẹrẹ si ni lepa wọn, ni orukọ Jesu.

80. Angẹli Ọlọrun, ẹ ko ọfa yin jọpọ ki ẹ si gbogunti awọn iṣoro mi, ni orukọ Jesu.

81. Iji Ọlọrun, korajọpọ lodi si awọn iṣoro mi, ni orukọ Jesu.

82. Agbara Ọlọrun, ko àrá rẹ jọpọ lodi si awọn iṣoro mi, ki o si pa wọn, ni orukọ Jesu.

83. Oluwa, ko okun Rẹ jọpọ nitori mi, ni orukọ Jesu.

84. Mo fa iṣe aje tu kuro ni agbegbe mi, ni orukọ Jesu.

ÌPELE KEJÌ, ỌJỌ́ KARÙN-ÚN (22-08-2016)
Bibeli Kika: Marku 10
Ijẹwọ: Romu 8:31: Njẹ kili awa o ha si wi si nkan wọnyin? Bi Ọlọrun bá wà fun wa, tani yio kọ oju ija si wa?
Orin iyin
Awọn orin iyin ati idupẹ
Adura Iyin ati Idupẹ

85. Gbogbo ilakaka ti wọn gbekalẹ lati dojuti mi, ku, ni orukọ Jesu.

86. Iwọ ọjọ, dide, ki o si tu ogo mi silẹ, Iwọ oru, dide ki o si pa awọn aninilara mi run, ni orukọ Jesu.

87. Agbara iyowu ti nsun lati pa mi lara, o ko ni ji mọ, ni orukọ Jesu.

88. Ki ọrọ̀ awọn ọta mi maa ṣipo pada wa si ọdọ mi, ni orukọ Jesu.

89. Ẹni ti o ba sọrọ lodi si mi ki yoo ṣerere, ni orukọ Jesu.

90. Idukokomoni ti ijoba temi, fo, ni oruko Jesu.

91. Mo le ailera jade kuro ninu aye mi, ni oruko Jesu.

92. Mo bo gbogbo eru okunkun kuro lara mi, ni oruko Jesu.

93. Mo pa gbogbo ajo aje ti nsoro lodi si mi run, ni oruko Jesu.

94. Olorun dide, ki gbogbo pepe okunkun si tuka, ni oruko Jesu.

95. Angeli Olorun, dide, mu iran awon baba nla mi so, ni oruko Jesu.

96. Iwo ojo Oluwa, dide ki o se idajo awon ota mi, ni oruko Jesu.

97. Mo soro lodi si gbogbo ipo ti ndide lodi si mi, ni oruko Jesu.

98. Mo fagile gbogbo idajo aje ti won so jade lodi si mi, ni oruko Jesu.

99. Gbogbo ohun ija ika ti won yan lodi si aye mi, ta pada si ori ota, ni oruko Jesu.

100. Loni, mo gba imupadabosipo onilopo meje kuro lowo satani, ni oruko Jesu.

101. Gbogbo agbara ti nse iso oru lodi si itesiwaju mi, subu lule ku, ni oruko Jesu.

102. Lasaru mi gbodo pada di alaaye okan, ni oruko Jesu.

103. Mo fi ara pamo si eyin igi agbelebu, mo si ta awon ofa buburu pada, ni oruko Jesu.

104. Gbogbo agbara ti o nje ki o nira fun mi lati ri ojurere gba, poora, ni oruko Jesu.

105. Oluwa, kiyesi ifarahan mi, ma si se re mi koja, ni oruko Jesu.

ÌPELE KEJÌ, ỌJỌ́ KẸFÀ (23-08-2016)

Bibeli Kika: Marku 10
Ijewo: Romu 8:31: Nje kili awa o ha si wi si nkan wonyin? Bi Olorun bá wà fun wa, tani yio ko oju ija si wa?
Orin iyin
Awon orin iyin ati idupe
Adura Iyin ati Idupe

106. Ni iwaju awọn ti nbere wipe nibo ni Ọlọrun mi wa, Ọlọrun dide ki O si fi agbara Rẹ han, ni orukọ Jesu.

107. Gbogbo ẹmi eṣu ti nṣiṣe ninu ọkan awọn oloore mi lati tako mi, yangbẹ ki o si gba itiju, ni orukọ Jesu.

108. Mo kọ lati pari sinu okun aṣale, ni orukọ Jesu.

109. Gbogbo ẹwọn ti nbintin aye mi, ja, ni orukọ Jesu.

110. Oluwa, min si ẹmi mi nipa ẹmi Rẹ, ni orukọ Jesu.

111. Oluwa, mọ pẹpẹ iṣerere fun aye mi, ni orukọ Jesu.

112. Alaja mi! jade kuro ninu gbogbo isinmi satani, ni orukọ Jesu.

113. Gbogbo alafọṣe olori-kunkun ti nṣiṣe lodi si aye mi, gba isinwin, ni orukọ Jesu.

114. Mo fọ gbogbo egun ti Kaini, ni orukọ Jesu.

115. Oluwa, tu awọn angẹli onidin Rẹ silẹ lati pa agọ awọn ọta mi run, ni orukọ Jesu.

116. Ki aye mi gba itusilẹ kuro lọwọ gbogbo agadagodo, ni orukọ Jesu.

117. Gbogbo ogiri satani lodi si aye mi, wo lulẹ, ni orukọ Jesu.

118. Ọlọrun dide, ki O si jẹ ki a gbe ori mi s'oke, ni orukọ Jesu.

119. Gbogbo ilakaka mi laye ni yoo ṣerere, ni orukọ Jesu.

120. Gbogbo ilakaka ọta lori aye mi, gba ikuna ni ilọpo meji, ni orukọ Jesu.

121. Gbogbo ogun ti wọn gbekalẹ lodi si ọpa ounjẹ mi, gba itiju onilọpo meji, ni orukọ Jesu.

122. Ọdẹ satani lori iṣe mi, gba ijakulẹ onilọpo meji, ni orukọ Jesu.

123. Agbara iyowu ti nfi kọkọrọ igbega mi pamọ, fi silẹ, ṣubu lulẹ ku, ni orukọ Jesu.

124. Gbogbo igbekun iku ni iboji aye, run womuwomu, ni orukọ Jesu.

125. Gbogbo ṣẹkẹṣẹkẹ ti iṣe oṣo gbekalẹ, tuka, ni orukọ Jesu.

126. Ọlọrun, sọ gbogbo itiju mi di iyin, ni orukọ Jesu.

ÌPELE KEJÌ, ỌJỌ́ KEJE (24-08-2016)

Bibeli Kika: Marku 10

Ijẹwọ: Romu 8:31: Njẹ kili awa o ha si wi si nkan wọnyin? Bi Ọlọrun bá wà fun wa, tani yio kọ oju ija si wa?

Orin iyin

Awọn orin iyin ati idupẹ

Adura Iyin ati Idupẹ

127. Gbogbo idin ninu ayanmọ mi, ṣubu lulẹ ku, ni orukọ Jesu.

128. Ki eto atokewa kalẹ sinu aye mi, ni orukọ Jesu.

129. Ipe mi ki yoo gba itiju, ni orukọ Jesu.

130. Aye mi o ni dojuti Jesu, ni orukọ Jesu.

131. Orukọ mi o ni poora kuro ninu iwe iye, ni orukọ Jesu.

132. Gbogbo majẹmu ibanujẹ, fọ, ni orukọ Jesu.

133. Ẹni alagbara mi ki yoo ṣubu, ni orukọ Jesu.

134. Ayọ mi o ni ku, ogo mi o ni ri, ni orukọ Jesu.

135. Ohunkohun ti wọn gbin sinu aye mi lati pa ayanmọ mi run, jade pẹlu gbogbo gbongbo rẹ, ni orukọ Jesu.

136. Gbogbo afiniṣ'ofo ati atunidanu, ẹ poora kuro ni ọna mi, ni orukọ Jesu.

137. Gbogbo olupa ayanmọ, jade pẹlu gbogbo gbongbo rẹ, ni orukọ Jesu.

138. Aye mi, maa tẹle akọsilẹ atokewa fun ọ, ni orukọ Jesu.

139. Mo gba awọn ibukun mi ti nlefo kiri nipa ina, ni orukọ Jesu.

140. Mo tu ikorajọpọ awọn adaniloro ka, ni orukọ Jesu.

141. Mo sọtẹlẹ sori ayanmọ mi ki o tẹsiwaju, ni orukọ Jesu.

142. Mo sọtẹlẹ sori awọn alaja mi ti o ti ṣubu ki o tun dide, ni orukọ Jesu.

143. Bi Ọlọrun ti to egungun papọ mọ ra wọn ninu aginju egungun gbigbẹ, ki awọn ayanmọ mi ti o tuka kakiri maa to papọ pada, ni orukọ Jesu.

144. Ki igbe aye ẹkunrẹrẹ ati imupada-bọsipo ba le ayanmọ mi, ni orukọ Jesu.

145. Ki ayanmọ mi pada di aaye, ni orukọ Jesu.

146. Majele ni agọ ara mi, ku, ni orukọ Jesu.

147. Egun iyowu ti ndamu ọpọlọ mi, ku, ni orukọ Jesu.

ÌPELE KEJÌ, ỌJỌ́ KEJỌ (25-08-2016)

Bibeli Kika: Marku 10

Ijẹwọ: Romu 8:31: Njẹ kili awa o ha si wi si nkan wọnyin? Bi Ọlọrun bá wà fun wa, tani yio kọ oju ija si wa?

Orin iyin

Awọn orin iyin ati idupẹ

Adura Iyin ati Idupẹ

148. Agbara Ọlọrun, wa dragoni aye mi kan ki o si pa a, ni orukọ Jesu.

149. Ina ipọnju, ku, ki o ma si ṣe dide mọ, ni orukọ Jesu.

150. Gbogbo ẹwu ẹgan, gbana, ni orukọ Jesu.

151. Nibo ni Ọlọrun Elijah wa? Mu mi lati ẹgan lọ sinu ọla, ni orukọ Jesu.

152. Ika Ọlọrun, dide ki O si tun itan idile mi kọ, ni orukọ Jesu.

153. Ireti ọta, ṣegbe nipa ina, ni orukọ Jesu.

154. Baba mi, baptisi mi pẹlu aanu ti ko wọpọ, ni orukọ Jesu.

155. Iwọ ọrun, gbe ida rẹ s'oke ki O si pa gbogbo ọkọ ọrun, ni orukọ Jesu.

156. Gbogbo iwe okunkun ti o ha aye mi mọ, gbana, ni orukọ Jesu.

157. Ẹjẹ Jesu, fọ agbegbe mi mọ, ni orukọ Jesu.

158. Ibinu Ọlọrun, idajọ Ọlọrun, ṣe ibẹwo si gbogbo ajọ ajẹ ti wọn yan lodi si mi, ni orukọ Jesu.

159. Ẹjẹ Jesu, pa gbogbo ariwo satani ti nsọrọ lodi si mi lẹnumọ, ni orukọ Jesu.

160. Iwọ ilẹ, jẹ gbogbo ohun elo satani ti wọn jo lodi si mi run, ni orukọ Jesu.

161. Iṣelẹ ilẹ ti Oluwa, fa gbogbo pẹpẹ satani ti wọn yan lodi si mi lulẹ, ni orukọ Jesu.

162. Pẹpẹ ipọnju, mo sọ ọ di ahoro, ku, ni orukọ Jesu.

163. Pẹpẹ irẹsilẹ, fọ si wẹwẹ, ni orukọ Jesu.

164. Iwọ afẹfẹ Ọlọrun, fẹ, ki o si fa gbogbo irugbin satani tu, ni orukọ Jesu.

165. Ina Ọlọrun, jo di eeru, gbogbo irugbin okunkun, ni orukọ Jesu.

166. Mo ya aye ati ayanmọ mi s'ọtọ kuro ninu igbekun olubi, ni orukọ Jesu.

167. Iṣoro iyowu ninu aye mi, ti irun ori mi ṣokunfa, ku, ni orukọ Jesu.

168. Iṣoro iyowu ninu aye mi ti ayidayida olubi fa, ku, ni orukọ Jesu.

ÌPELE KEJÌ, ỌJỌ́ KẸSÀN-ÁN (26-08-2016)
Bibeli Kika: Marku 10
Ijẹwọ: Romu 8:31: Njẹ kili awa o ha si wi si nkan wọnyin? Bi Ọlọrun bá wà fun wa, tani yio kọ oju ija si wa?
Orin iyin
Awọn orin iyin ati idupẹ
Adura Iyin ati Idupẹ

169. Oju ọta ti ntọpinpin, gba ọfa ina ti o gbona, ni orukọ Jesu.

170. Agbara okunkun, ti nbojuto iṣoro mi, ku, ni orukọ Jesu.

171. Gbogbo aṣẹ okunkun lodi si mi, ta pada, ni orukọ Jesu.

172. Gbogbo aṣẹ ti nbintin eni, ti o si nrẹ eniyan silẹ, lati ọdọ ẹni ti o ti ku tabi ti o wa laaye, d'opin, ni orukọ Jesu.

173. Gbogbo ikorajọpọ okunkun lodi si mi, Ọlọrun dide ki O si tu wọn ka nipa ẹfuufu lile ati ina, ni orukọ Jesu.

174. Ẹjẹ Jesu, dide ki O si paa rẹ gbogbo ami ti mo mọ ati eyi ti n ko mọ kuro ni agọ ara mi, ni orukọ Jesu.

175. Nipa ina, nipa ara, Mo tu ibukun mi silẹ kuro ni ajọ aje, ni orukọ Jesu.

176. Oluwa, tu kuro ni ọkan mi, aworan owu jijẹ, ifẹkufẹ ati erongba buburu, ni orukọ Jesu.

177. Mo duro lodi si gbogbo ipa onidarudapọ ninu mi, ni orukọ Jesu.

178. Oluwa, dari igbe aye inu mi ki nba le gbọ ohun Rẹ, ni orukọ Jesu.

179. Jẹ ki nri ohun ti O nri ninu mi, Oluwa, ni orukọ Jesu.

180. Mo bere lọwọ Rẹ Oluwa ki O maṣe jẹ ki ara mi balẹ ayafi igba ti mo ba bọ si ọna ti o tọ, ni orukọ Jesu.

181. Oluwa, fi ẹjẹ Rẹ fọ ọpọlọ mi mọ, ki O si yọ awọn iwa buburu ti o wa nibẹ kuro, ni orukọ Jesu.

182. Oluwa, ṣe awotan aiṣedede tabi ohun buburu ti n jade ninu agọ ara mi, ni orukọ Jesu.

183. Oluwa, ṣe iwosan ohun gbogbo ti o nilo iwosan ninu mi, ni orukọ Jesu.

184. Oluwa, yipada ninu mi, ohun ti o nilo ayipada, ni orukọ Jesu.

185. Oluwa, jẹ ki agbara iwosan Rẹ ni gbongbo ti o jinlẹ ninu mi, ni orukọ Jesu.

186. Mo lo o gẹgẹ bi ohun ija mi, idà oloju-meji ti Ẹmi, mo si ke awọn agbara - - - - lulẹ, ni orukọ Jesu.

i. Ajẹ

ii. Oṣo

iii. Ọkọ ọrun

iv. Aya ọrun

v. Ọmọ ọrun

vi. Awọn ẹru tẹmi

vii. Ẹmi emere

viii. Ẹmi emere irandiran

ix. Ẹmi olokun

x. Ayidayida

xi. Awọn atọpinpin buburu

xii. Ọfa buburu

xiii. Ipinnu buburu

187. Mo sọ gbogbo iwọsi satani di asan, ni orukọ Jesu.

188. Baba mi, fi ina kun ina ninu aye mi, ni orukọ Jesu.

189. Oluwa, gbe ọpagun onilọpo meje dide lodi si awọn ọta mi, ni orukọ Jesu.

ÌPELE KEJÌ, ỌJỌ́ KẸWÀÁ (27-08-2016)

Bibeli Kika: Marku 10

Ijẹwọ: Romu 8:31: Njẹ kili awa o ha si wi si nkan wọnyin? Bi Ọlọrun bá wà fun wa, tani yio kọ oju ija si wa?

Orin iyin

Awọn orin iyin ati idupẹ

Adura Iyin ati Idupẹ

190. Baba Oluwa, lo mi gẹgẹ bii aake ogun Rẹ, ni orukọ Jesu.

191. Ki awọn angẹli ogun tu jade nitori mi, ni orukọ Jesu.

192. Oluwa, parọ ohun ti o nilo iparọ ninu mi, ni orukọ Jesu.

193. Jẹ ki arà Ọlọrun pa a run awọn agbara okukun ti mbẹ ninu afẹfẹ, ilẹ ati òkun ti wọn yan lodi si aye mi, ni orukọ Jesu.

194. Mo de gbogbo ẹmi ẹsu aṣodi-si- itusilẹ, ni orukọ Jesu.

195. Mo de gbogbo ẹmi ẹsu aṣodi-si-iṣe iyanu, ni orukọ Jesu.

196. Mo fi ẹjẹ Jesu paarun, gbogbo ago satani ti wọn yan lati ha awọn alumọni mi mọ, ni orukọ Jesu.

197. Mo fi ẹjẹ Jesu pa a run, gbogbo ṣẹkẹṣẹkẹ satani ti wọn yan lati de itẹsiwaju mi mọlẹ, ni orukọ Jesu.

198. Ki gbogbo aṣẹ satani lodi si mi maa yọ danu, ni orukọ Jesu.

199. Mo fi ẹjẹ Jesu pa a run gbogbo iṣẹ asopọ satani ti wọn yan lodi si aye mi, ni orukọ Jesu.

200. Mo ja gbogbo asopọ satani pẹlu ẹnikẹni boya o ti ku tabi o wa laaye, ni orukọ Jesu.

201. Ki gbogbo ohun elo tẹmi, ti wọn gbekalẹ lodi si mi maa fọ si wẹwẹ, ni orukọ Jesu.

202. Ki gbogbo jigi tẹmi ti wọn nlo lodi si mi maa fọ si wẹwẹ, ni orukọ Jesu.

203. Ki gbogbo agbara ilẹ ati ti ofurufu ti nṣiṣe lodi si mi maa yarọ, ni orukọ Jesu.

204. Mo pa gbogbo aṣibori abo ọta run, ni orukọ Jesu.

205. Mo fagile gbogbo ọrọ aikiyesara ti mo ti sọ jade, ti satani nlo lodi si mi, ni oruko Jesu.

206. Mo paa run, adimẹru satani iyowu ti mbẹ ninu ẹru mi, ni oruko Jesu.

207. Mo pa a run,... (mu lara awọn akọsilẹ ti mbẹ ni isalẹ) ti mbẹ ni ijọba okunokun, ni oruko Jesu.

i.   Ere

ii.   Aworan

iii. Ẹ̀wù

iv.   Owo

v.   Oruko

vi.   Ẹya ara mi iyowu

vii. Eekanna ọwọ

208. Mo duro lodi si gbogbo egun ti wọn sọ si ọjọ ọla mi ati itẹsiwaju mi, ni oruko Jesu.

209. Mo ya ara mi s'ọtọ kuro ninu gbogbo odo buburu, orisa, odo ti nṣan ati ojubọ ti mbẹ ni ibi ti a ti bi mi lọmọ, ni oruko Jesu.

210. Jẹki gbogbo aṣoju satani to nfi awọn ibunkun mi pamọ, tu wọn silẹ, ni oruko Jesu.

IPELE KEJI – IJẸWỌ

Ọlọrun mbẹ pẹlu mi, gẹgẹ bi O ti wa fun mi; n o ni idi kan lati bẹru, ni oruko Jesu. Ohun iyowu ti mo ba gba lero, ati ohun ti mo ba da ọwọ mi le, yoo ṣerere, ni oruko Jesu. Ọlọrun ti paṣẹ fun awọn angẹli lati gbakoso mi ni gbogbo ọna mi, emi si tẹwọ gba wọn, wọn nlọ ṣiwaju mi nibi gbogbo ti mo ba lọ; wọn nlọ lati sọ gbogbo ibi wiwọ di titọ fun mi, ni oruko Jesu.

Emi le ṣe, mo si le ni ohun gbogbo nipa Kristi ẹniti nfi agbara fun mi. Ọlọrun mi yoo si pese fun gbogbo aini mi, gẹgẹ bi ọrọ Rẹ ninu ogo nipasẹ Jesu Kristi. Emi ni ifarahan, abajade ati esi ọrọ Ọlọrun. Ọlọrun ti sọrọ sinu aye mi, emi si ti di ifarahan afihan Ọlọrun Jehofah lori ilẹ aye. Emi nṣafihan ohun gbogbo ti ọrọ

Olorun ni mo je. Emi kun fun oro iye. Nitori ti Olorun ba imo awon alarekereke je, ki owo won ma ba se ohun ti won fe. Gbogbo ise alagbara, eniyan ika, eniyan buburu lodi si aye mi ki yoo serere, ni oruko Jesu.

ISO ORU TI IPELE YI

(A o ma gba awon adura wonyi laari ago mejila oru si ago meji)

ORIN FUN ISO ORU

1. Gbogbo egun oruko buburu, mo tu ara mi sile kuro ninu re, ni oruko Jesu.
2. Gbogbo egun pipa-ara-eni run tabi gbigba emi ara eni, mo tu ara mi sile kuro ninu re, ni oruko Jesu.
3. Gbogbo egun aisan ti o buru jai, mo tu ara mi sile kuro ninu re, ni oruko Jesu.
4. Gbogbo egun aje, mo tu ara mi sile kuro ninu re, ni oruko Jesu.
5. Gbogbo egun ibaje eya ara ti ibimo, mo tu ara mi sile kuro ninu re, ni oruko Jesu.
6. Gbogbo egun ti ija idile, mo tu ara mi sile kuro ninu re, ni oruko Jesu.
7. Gbogbo egun ise takuntakun lai lere, mo tu ara mi sile kuro ninu re, ni oruko Jesu.
8. Gbogbo egun ifiji buburu, mo tu ara mi sile kuro ninu re, ni oruko Jesu.
9. Gbogbo egun aisan ati ailera, mo tu ara mi sile kuro ninu re, ni oruko Jesu.
10. Mo tu ara mi sile kuro ninu gbogbo egun onimajemu, ni oruko Jesu.
11. Mo tu ara mi sile kuro ninu gbogbo egun ti o so po mo majemu buburu, ni oruko Jesu.
12. Mo tu ara mi sile kuro lowo igbamu awon ti nfo egun majemu, ni oruko Jesu.
13. Egun iyowu ti nfi agbara fun ota ayanmo mi, ku nipa eje Jesu.
14. Mo tu ara mi sile kuro lowo egun ti mo fi le ara mi lori, ni oruko Jesu.

15. Mo fọ gbogbo egun larinka kuro lori aye mi, ni orukọ Jesu.

16. Egun iyowu ti nṣiṣe lori aye mi, ti ndena iteṣiwaju mi, fọ, ni orukọ Jesu.

17. Gbogbo egun ati majẹmu ti aṣeti lori aye mi, fọ, ni orukọ Jesu.

18. Gbogbo egun didagun si oju kan, fọ, ni orukọ Jesu.

19. Mo fọ, mo si tu ara mi silẹ kuro lọwọ egun aṣodi-si-igbeyawo ti wọn gbe le idile mi.

20. Gbogbo egun ati ẹmi eṣu ti wọn ṣeto lodi si mi, mo yọ ọ danu nipa ẹjẹ Jesu.

21. Gbogbo egun ati eedi lati ọdọ alufa ati woli satani, ti wọn ṣeto lodi si idile mi, pada si ọdọ ẹni ti o ran ọ wa, ni orukọ Jesu.

ÌPELE KẸTA – GBOGBO ỌWỌ́ IBI TI WỌN NA SI MI, GBẸ DANU

ÌPELE KẸTA, ỌJỌ́ KÌÍNÍ (28-08-2016)

Bibeli Kika: I Awọn Ọba 13

Ijẹwọ: Orin Dafidi 46:1: ỌLỌRUN li àbò wa ati agbara, lọwọlọwọ iranlọwọ ni igba ipọnju.

Orin iyin

Awọn orin iyin ati idupẹ

Adura Iyin ati Idupẹ

1. Mo pa gbogbo alafia ibi, ifimọsọkan ibi, ẹka ibi, ifẹ ibi, idunnu ibi, oye ibi, ifọrọ jomitoro ibi ati ikorajọpọ ibi run, ni orukọ Jesu.

2. Gbogbo agbara okunkun ti wọn yan lodi si awọn ibukun mi, ku, ni orukọ Jesu.

3. Jẹ ki gbogbo agbara aninilara, dide lodi si ara wọn, ni orukọ Jesu.

4. Jẹ ki ọrọ aye mi gbona ju fun ọta lati gbamu, ni orukọ Jesu.

5. Mo gbe gbogbo ibukun mi kuro ninu agọ awọn afi'pa gba ẹtọ ẹni ibi, ni orukọ Jesu.

6. Mo pọ gbogbo majele satani, ni orukọ Jesu.

7. Jẹ ki igbega mi farahan lọna ti o lagbara, ni orukọ Jesu.

8. Mo tu gbogbo awọn ọmọ ogun ibi ti o kora jọpọ lodi si mi ka, ni orukọ Jesu.

9. Jẹ ki gbogbo ipa to lodi si ẹri mi tuka, ni orukọ Jesu.

10. Iṣẹ ọta lori aye mi, di ibanujẹ, ni orukọ Jesu.

11. Mo ya gbogbo apo ti njo larọ, ni orukọ Jesu.

12. Jẹ ki agbara Rẹ, ogo Rẹ ati ijọba Rẹ ba le aye mi, ni orukọ Jesu.

13. Jẹ ki gbogbo mujẹ-mujẹ ati jẹran-jẹran jẹ ẹran ara wọn, ki wọn si tun mu ẹjẹ ara wọn, ni orukọ Jesu.

14. Mo kọ ominira igba rampẹ, ni orukọ Jesu.

15. Mo kọ ominira ti ko peye, ni orukọ Jesu.

16. Mo gba iṣẹgun ati ominira patapata, ni orukọ Jesu.

17. Mo fọ gbogbo agbara epe ẹmi okunkun 'yowu ti wọn ṣe lodi si aye mi, ni orukọ Jesu.

18. Jẹ ki gbogbo omi ikoro ṣan kuro ninu iṣẹ ọwọ mi, ni orukọ Jesu.

19. Mo ya awọn ti nfẹ iṣoro loju larọ, ni orukọ Jesu.

20. Oluda iṣẹ-iyanu duro, ku, ni orukọ Jesu.

21. Olupa igbeyawo run, ku, ni orukọ Jesu.

IPELE KẸTA, ỌJỌ KEJI (29-08-2016)

Bibeli Kika: I Awọn Ọba 13

Ijẹwọ: Orin Dafidi 46:1: ỌLỌRUN li àbò wa ati agbara, lọwọlọwọ iranlọwọ ni igba ipọnju.

Orin iyin

Awọn orin iyin ati idupẹ

Adura Iyin ati Idupẹ

22. Ẹyin iranṣẹ ti o lodi si iṣẹ-iyanu, ẹ yarọ, ni orukọ Jesu.

23. Oluwa, sọ mi di orisun ibukun, ni orukọ Jesu.

24. Jẹ ki ọwọ mi lagbara ju ọwọ awọn alatako lọ, ni orukọ Jesu.

25. Jẹ ki gbogbo okuta idena yi kuro loju ọna mi, ni orukọ Jesu.

26. Jẹ ki ahọn mi di ohun elo ogo Rẹ, ni orukọ Jesu.

27. Jẹ ki ọwọ mi di ohun elo iṣerere atokewa, ni orukọ Jesu.

28. Jẹ ki oju mi di ohun elo ifihan atokewa, ni orukọ Jesu.

29. Jẹ ki eti mi di ohun elo ifihan atokewa, ni orukọ Jesu.

30. Jẹ ki ifororoyan aṣegun ba le aye mi, ni orukọ Jesu.

31. Mo yọ orukọ mi kuro ninu iwe iku aitọjọ, ni orukọ Jesu.

32. Jẹ ki gbogbo ounjẹ ibi di fifọ jade kuro ninu agọ ara mi, ni orukọ Jesu.

33. Ẹyin iranṣẹ ika, ẹ ja ide yin kuro lori aye mi, ki ẹ si yarọ, ni orukọ Jesu.

34. Ẹyin iranṣẹ idayafo, ẹ ja ide yin kuro lori aye mi, ki ẹ si yarọ, ni orukọ Jesu.

35. Ẹyin iranṣẹ ijakulẹ, ẹ ja ide yin kuro lori aye mi, ki ẹ si yarọ, ni orukọ Jesu.

36. Ẹyin iranṣẹ oṣi, ẹ ja ide yin kuro lori aye mi, ki ẹ si yarọ, ni orukọ Jesu.

37. Iranṣẹ gbese, ja ide rẹ lori aye mi, ki o si yarọ, ni orukọ Jesu.

38. Iranṣẹ akisa nipa t'ẹmi, ja ide rẹ lori aye mi, ki o si yarọ, ni orukọ Jesu.

39. Iranṣẹ ijakulẹ, ja ide rẹ lori aye mi, ki o si yarọ, ni orukọ Jesu.

40. Iranṣẹ ailera, ja ide rẹ lori aye mi, ki o si yarọ, ni orukọ Jesu.

41. Iranṣẹ irẹsilẹ, ja ide rẹ lori aye mi, ki o si yarọ, ni orukọ Jesu.

42. Iranṣẹ idaniduro ẹmi okunkun, ja ide rẹ lori aye mi, ki o si yarọ, ni orukọ Jesu.

ÌPELE KẸTA, ỌJỌ́ KẸTA (30-08-2016)
Bibeli Kika: I Awọn Ọba 13
Ijẹwọ: Orin Dafidi 46:1: ỌLỌRUN li àbò wa ati agbara, lọwọlọwọ iranlọwọ ni igba ipọnju.
Orin iyin
Awọn orin iyin ati idupẹ
Adura Iyin ati Idupẹ

43. Iranṣẹ idarudapọ, ja ide rẹ lori aye mi, ki o si yarọ, ni orukọ Jesu.

44. Iranṣẹ ipada sẹyin, ja ide rẹ lori aye mi, ki o si yarọ, ni orukọ Jesu.

45. Jẹ ki gbogbo awọn aninilara ika kọsẹ, ki wọn si ṣubu, ki wọn si ku, ni orukọ Jesu.

46. Jẹ ki Ọlọrun fọ eyin awọn alaiwa-bi-Ọlọrun ti o korajọpọ lodi si mi, ni orukọ Jesu.

47. Jẹ ki gbogbo awọn ohun elo ikuna yangbẹ, ni orukọ Jesu.

48. Jẹ ki gbogbo awọn ohun elo igbogun ti satani, gba iparun, ni orukọ Jesu.

49. Awọn ẹrọ ayara-bi-aṣa satani, gba iparun, ni orukọ Jesu.

50. Iwe akọsilẹ satani, gba iparun, ni orukọ Jesu.

51. Awọn ẹrọ alatagba ati ẹrọ ayaworan satani, gba iparun, ni orukọ Jesu.

52. Awọn ohun elo ẹrọ idari satani, gba iparun, ni orukọ Jesu.

53. Awọn alẹmọ ati ami idanimọ satani, gba iparun, ni orukọ Jesu.

54. Awọn ọwọ to le, to nyọ aye mi lẹnu, Ọlọrun Elijah, dide nipa ina, yan wọn gbẹ, ni orukọ Jesu.

55. Gbogbo agbara ti o ti joko sori ayanmọ mi, Ọlọrun dide, fi iya jẹ wọn, ni orukọ Jesu.

56. Agbara to ndi ayanmọ mi lọwọ, ina lati ọrun wa, pa wọn run, ni orukọ Jesu.

57. Awọn itẹ okunkun, to n ṣe idajọ lodi si mi, tuka, ni orukọ Jesu.

58. Gbogbo okuta ti wọn gbe soju ọna itẹsiweaju mi, tuka, ni orukọ Jesu.

59. Gbogbo agbẹkẹle ajẹ, ti wọn yan lati da mi duro, mo da ọ duro ki o to da mi duro, ni orukọ Jesu.

60. Gbogbo oṣo ni ibi ti wọn ti bi mi, mo doju ogun kọ ọ, ni orukọ Jesu.

61. Jẹ ki adura mi di imititi ilẹ ati iji, ni agọ awọn ọta mi, ni orukọ Jesu.

62. Mo fọ gbogbo ihalẹ ti i eniyan ika, ni orukọ Jesu.

63. Mo sọ gbogbo iwulo ọta mi di asan, ni orukọ Jesu.

ÌPELE KẸTA, ỌJỌ́ KẸRIN (31-08-2016)
Bibeli Kika: I Awọn Ọba 13
Ijẹwọ: Orin Dafidi 46:1: ỌLỌRUN li àbò wa ati agbara, lọwọlọwọ iranlọwọ ni igba ipọnju.
Orin iyin
Awọn orin iyin ati idupẹ
Adura Iyin ati Idupẹ

64. Jẹ ki opopona mi ṣe lodi si awọn aninilara, ni orukọ Jesu.

65. Agbara 'yowu ti o jẹ ki majele 'yowu wa laaye ninu agọ ara mi, ku, ni orukọ Jesu.

66. Agbara 'yowu, ti n ṣeto iku lodi si ayanmọ mi, ku, ni orukọ Jesu.

67. Gbogbo iboji ti wọn gbẹ fun mi, tuka, ni orukọ Jesu.

68. Gbogbo agbara ti nfa iṣoro mi gun, ku, ni orukọ Jesu.

69. Agbara ẹgan, ku, ni orukọ Jesu.

70. Ina ipọnju, ku, ki o ma si ṣe dide mọ, ni orukọ Jesu.

71. Ẹnu ọna iku, kọ mi, ni orukọ Jesu.

72. Gbogbo nkan ajeji ninu agọ ara mi, jade, ni orukọ Jesu.

73. Mo sọtẹlẹ sori aye mi (darukọ rẹ) ji dide, ni orukọ Jesu.

74. Ẹgbẹ ọdaran satani ti nṣiṣẹ lodi si iṣerere mi, mo gbe ọ sin bayi, ni orukọ Jesu.

75. Eṣu ko ni gbe mi sin, ni orukọ Jesu.

76. Ipilẹ ajẹ ti wọn ṣeto lodi si mi, tuka, ni orukọ Jesu.

77. Eto isinku ajẹ ti wọn ṣeto lodi si mi, tuka, ni orukọ Jesu.

78. Gbogbo ifaya to lodi si mi, ku, ni orukọ Jesu.

79. Gbogbpo agbara ti wọn yan lati pa ayanmọ mi run, ku, ni orukọ Jesu.

80. Tipa-tipa, t'agbara-t'agbara, mo gba gbogbo nkan ti awọn ọta ti ji lọ lọwọ mi, ni orukọ Jesu.

81. Gbogbo agbara ti ngan Ọlọrun ninu aye mi, ku, ni orukọ Jesu.

82. Gbogbo agbara ti npe Ọlọrun nija ninu aye mi, ku, ni orukọ Jesu.

83. Golayati, o ko le mu iwugẹ rẹ jẹ, ku, ni orukọ Jesu.

84. Iṣe oṣo ti idarungun soju kan, fọ, ni orukọ Jesu.

ÌPELE KẸTA, ỌJỌ KARUN-UN **(01-09-2016)**
Bibeli Kika: I Awọn Ọba 13
Ijẹwọ: Orin Dafidi 46:1: ỌLỌRUN li àbò wa ati agbara, lọwọlọwọ iranlọwọ ni igba ipọnju.
Orin iyin
Awọn orin iyin ati idupẹ
Adura Iyin ati Idupẹ
85. Ayanmọ mi, gbe mi ja gbangba, ni orukọ Jesu.

86. Aisan, ki ẹjẹ Jesu jẹ ọ run, ni orukọ Jesu.

87. Okun pupa mi, padanu agbara rẹ, ni orukọ Jesu.

88. Gbogbo agbara ti wọn yan lati fi mi ṣofo, ku, ni orukọ Jesu.

89. Gbogbo inira, ku, ni orukọ Jesu.

90. Ajaga idarungun soju kan, fọ, fọ, ni orukọ Jesu.

91. Gbogbo agbara ti nṣiṣe lodi si awọn adura mi, ku, ni orukọ Jesu.

92. Mo pa orukọ mi rẹ kuro ninu iwe akọsilẹ satani, ni orukọ Jesu.

93. Ajaga idaduro satani, fọ, ni orukọ Jesu.

94. Ọlọrun dide, yi itan mi pada, ni orukọ Jesu.

95. Awọn agbara ti nṣeto itiju mi, ku, ni orukọ Jesu.

96. Ọlọrun dide, jẹ ki omije mi dopin, ni orukọ Jesu.

97. Ọlọrun dide, jẹ ki itiju mi dopin, ni orukọ Jesu.

98. Gbogbo ipade ika ti wọn gbekalẹ lodi si ayanmọ mi, tuka, ni orukọ Jesu.

99. Gbogbo agbara ti nlepa irawọ mi, gbẹ ki o si ku, ni orukọ Jesu.

100. Awọn iṣe-iyanu ti o kọja alaye, farahan ninu aye mi, ni orukọ Jesu.

101. Ọlọrun dide, jẹ ki itan mi yipada, ni orukọ Jesu.

102. Mo fi ara mi sipo idasi atokewa nipa ina, ni orukọ Jesu.

103. Oluwa, bu jade ninu aye mi nipa ami ati ara, ni orukọ Jesu.

104. Awọn alumoni ọrun, dide nipa ina, gbe mi ga, ni orukọ Jesu.

105. Agbara 'yowu to fẹ ki n ku bayi, ku, ni orukọ Jesu.

IPELE KẸTA, ỌJỌ KẸFA (02-09-2016)
Bibeli Kika: I Awọn Ọba 13
Ijẹwọ: Orin Dafidi 46:1: ỌLỌRUN li àbò wa ati agbara, lọwọlọwọ iranlọwọ ni igba ipọnju.
Orin iyin
Awọn orin iyin ati idupẹ
Adura Iyin ati Idupẹ

106. Nibo ni Oluwa Ọlọrun Elijah wa, dide, jẹ ki gbongbo inira ninu aye mi ku, ni orukọ Jesu.

107. Oluwa Ọlọrun mi, n o ni jẹ ki O lọ ayafi ti O ba bukun mi, ni orukọ Jesu.

108. Aanu Ọlọrun, dide nipa ẹjẹ Jesu, wa mi ri, ni orukọ Jesu.

109. Iwọ okun pupa idena, mo kigbe lodi si ọ, pinya, ni orukọ Jesu.

110. Okun 'yowu to so mi mọ oju kan, ja, ni orukọ Jesu.

111. Gbogbo agbara ti wọn yan lodi si igbega mi, ku, ni orukọ Jesu.

112. Mo sọtẹlẹ sori aye mi (darukọ rẹ) ji dide, ni orukọ Jesu.

113. Gbogbo agbara ti nkede iku sori ayanmọ mi, ku, ni orukọ Jesu.

114. Gbogbo agbara ti wọn yan lati ge aye mi kuru, ku, ni orukọ Jesu.

115. Nibo ni Oluwa Ọlọrun Elijah wa, dide, fi agbara Rẹ han ninu aye mi, ni orukọ Jesu.

116. Ọlọrun ami ati ara, dide, fi agbara Rẹ han ninu aye mi, ni orukọ Jesu.

117. Ogo mi, dide, ki O si tan, ni orukọ Jesu.

118. Gbogbo eto okunkun fun aye mi, ku, ni orukọ Jesu.

119. Gbogbo ọta adura mi ninu mi, gbẹ danu, ni orukọ Jesu.

120. Oluwa, so mi mọ orisun Ẹmi Mimọ lati gba agbara ti njẹgaba, ni orukọ Jesu.

121. Mo gun ẹṣin ogun, mo si wọ ilẹ alaja lọ, ni orukọ Jesu.

122. Oolu Ọlọrun, fọ gbogbo eekun ibi ti nrin lodi si ayanmọ mi, ni orukọ Jesu.

123. Iji idarudapọ, gba agọ awọn ọta mi kan, ni orukọ Jesu.

124. Gbogbo ikòkò ibi to nse ogo mi, fọ, ni orukọ Jesu.

125. Gbẹna-gbẹna ọrun, kan pa, gbogbo adigunjale t'ẹmi to nji iṣerere mi, ni orukọ Jesu.

126. Egun irandiran, ku nipa ẹjẹ Jesu, ni orukọ Jesu.

IPELE KẸTA, ỌJỌ KEJE **(03-09-2016)**
Bibeli Kika: I Awọn Ọba 13
Ijẹwọ: Orin Dafidi 46:1: ỌLỌRUN li àbò wa ati agbara, lọwọlọwọ iranlọwọ ni igba iponju.
Orin iyin
Awọn orin iyin ati idupẹ
Adura Iyin ati Idupẹ

127. Ọlọrun dide, lo gbogbo ohun ija to wa ni ikawọ Rẹ lati doju ti gbogbo awọn ọta mi, ni orukọ Jesu.

128. Iwọ agbara ile ifowo pamọ si apẹrẹ, ku, ni orukọ Jesu.

129. Nibi gbogbo ti wọn ba n da orukọ mi fun iku aitọjọ, Apata ayeraye, lọ wọn lulu, ni orukọ Jesu.

130. Iwọ agbara iku diẹ-diẹ, ku, ni orukọ Jesu.

131. Mo fi oolu ina fọ gbogbo posi okunkun, ni orukọ Jesu.

132. Gbogbo Farao ti nlepa Mose mi, ku sinu okun pupa, ni orukọ Jesu.

133. 'Emi ni ti njẹ Emi ni', dide, f'agbara Rẹ han laye mi, ni orukọ Jesu.

134. Ọpa Ọlọrun, dide, pin okun pupa niya fun mi, ni orukọ Jesu.

135. Oluwa, ṣi nidi, mu kuro, ki o si gba gbogbo agbara ti nṣiṣẹ lodi si igbega mi danu, ni orukọ Jesu.

136. Mo gun ẹṣin ogun, mo si wọ inu iṣẹgun, ni orukọ Jesu.

137. Ẹyin angẹli iparun, ẹ bẹ agọ awọn ọta olorikunkun mi wo, ni orukọ Jesu.

138. Ọlọrun dide, nipa afẹfẹ ila oorun Rẹ, jẹ ki Farao mi ṣubu sinu okun pupa, ni orukọ Jesu.

139. Gbogbo agbara ibi, ti njijakadi lati tun ayanmọ mi to, ku, ni orukọ Jesu.

140. Agboorun ina Ọlọrun Olodumare, bo aye mi, ni orukọ Jesu.

141. Ẹmi Mimọ, wa nipa ina Rẹ, jẹ atilẹyin fun mi lọdun yii, ni orukọ Jesu.

142. Lọdun yi, emi yoo ni ọla iṣẹpo meji, ni orukọ Jesu.

143. Oluwa, fun mi ni iṣẹ-iyanu ti yoo mu mi gbagbe awọn wahala mi atẹyinwa, ni orukọ Jesu.

144. Gbogbo agbara ti wọn yan lati fi omi ikoro ba mi ja, ku, ni orukọ Jesu.

145. Gbogboi agbara to korira lati ri wipe mo rẹrin, tuka, ni orukọ Jesu.

146. Gbogbo agbara ti n tọpinpin ayanmọ mi fun ibi, gbẹ danu, ni orukọ Jesu.

147. Gbogbo ipade oru lati mu ijakulẹ ba mi, tu ka, ni orukọ Jesu.

Bibeli Kika: I Awọn Ọba 13

Ijẹwọ: Orin Dafidi 46:1: ỌLỌRUN li àbò wa ati agbara, lọwọlọwọ iranlọwọ ni igba ipọnju.

Orin iyin

Awọn orin iyin ati idupẹ

Adura Iyin ati Idupẹ

148.   Gbogbo aṣefaya to lodi si ogo mi, tuka, ni orukọ Jesu.

149.   Baba mi, yi ofin pada nitori mi gẹgẹ bi Efraimu, ni orukọ Jesu.

150.   Ọlọrun Elijah, dide, mu ijakulẹ ba awọn ọta mi, ni orukọ Jesu.

151.   Gbogbo iwe satani, ti nbo aye ati awọn iṣẹ mi, gba ina, ni orukọ Jesu.

152.   Mo kede aṣalẹ yii gẹgẹ bi aṣalẹ irekọja mi, ẹyin angẹli iku ati ibanujẹ, ẹ re aye mi kọja, ni orukọ Jesu.

153.   Ori mi, kọ itiju lọdun yii, ni orukọ Jesu.

154.   Oluwa, fi awọn ero ti yoo yi aye mi pada sinu mi, ni orukọ Jesu.

155.   Ọlọrun dide, mu mi tẹsiwaju kọja ero awọn eniyan, ni orukọ Jesu.

156.   Oluwa, fa mi yọ kuro larin ero nipa ami ati ara Rẹ, ni orukọ Jesu.

157.   Oluwa, bu omi rin ilẹ mi, ni orukọ Jesu.

158.   Ariwo, ihalẹ ati ibu ramu-ramu awọn ọta mi, ku, ni orukọ Jesu.

159.   Gbogbo ọta aye mi, ẹ lọ sinu ẹgan ailopin, ni orukọ Jesu.

160.   Gbogbo gbongbo igbogun ti oju ala, gbẹ danu, ni orukọ Jesu.

161.   Gbogbo Nebukadnessari ti npete ati fi orukọ Ọlọrun ṣẹsin ninu aye mi, tuka, ni orukọ Jesu.

162.   Itan akitan, kọ orukọ mi, ni orukọ Jesu.

163.   Gbogbo ete satani lati da mi riboribo, ku, ni orukọ Jesu.

164.   Mo fagile iroyin ibi 'yowu, ti wọn ṣe lodi si aye mi, ni orukọ Jesu.

165.   Oluwa, sọ awọn ọta mi d'ọta Rẹ lọdun yi, ni orukọ Jesu.

166.   Baba mi, dide ninu ara agbara Rẹ, fi ami han mi fun rere, ni orukọ Jesu.

167. Ọlọrun dide, jẹ ki gbogbo awọn ti o korira mi gba itiju, ni orukọ Jesu.

168. Itun-ramu ogun ati ifaya ajẹ to lodi si mi, ku, ni orukọ Jesu.

IPELE KẸTA, ỌJỌ KẸSAN (05-09-2016)
Bibeli Kika: I Awọn Ọba 13
Ijẹwọ: Orin Dafidi 46:1: ỌLỌRUN li àbò wa ati agbara, lọwọlọwọ iranlọwọ ni igba ipọnju.
Orin iyin
Awọn orin iyin ati idupẹ
Adura Iyin ati Idupẹ

169. Katakata Ẹmi Mimọ, gba gbogbo nkan ti ndena itẹsiwaju mi danu, ni orukọ Jesu.

170. Ibi idani duro ti ayẹwo satani, ti n da alaja mi duro, gba ina, ni orukọ Jesu.

171. Ajayika iji Ọlọrun, dide ninu ibinu, le awọn aleni-ma-dẹyin mi, ni orukọ Jesu.

172. Gbogbo ile ẹjọ kotẹmi lọrun satani, ti nyi awọn iṣẹ-iyanu mi pọ, tuka, ni orukọ Jesu.

173. Gbogbo agbara ti nlọ ijẹri mi s'odi, ku, ni orukọ Jesu.

174. Gbogbo ikorajọpọ ajẹ, ti wọn yan lati f'idi ikuna mulẹ ninu aye mi, tuka, ni orukọ Jesu.

175. Ibukun mi, gbọ ọrọ Oluwa, maṣe re mi kọja, ni orukọ Jesu.

176. Ifororoyan ti nyọ idena, ba le mi bayi, ni orukọ Jesu.

177. Ifororoyan ti nru awọn ilẹkun to ṣi silẹ, ba le mi bayi, ni orukọ Jesu.

178. Iwọ ọrun, tu awọn angẹli onipa silẹ lati da laasigbo silẹ ninu agọ awọn ọta mi, ni orukọ Jesu.

179. Ifororoyan fun alaja ti ko wọpọ, ba le mi bayi, ni orukọ Jesu.

180. Ọlọrun Elijah, sọ awọn iṣẹ-iyanu mi di ilọpo, ni orukọ Jesu.

181. Baba mi, fọ gbogbo ajaga ti wọn yan lati bintin aisiki mi, ni orukọ Jesu.

182. Gbogbop agbara ti njo aisiki mi mu, ku, ni oruko Jesu.

183. Awon ojiṣẹ ori buruku, ki lo nduro de, tuka, ni oruko Jesu.

184. Ile ifowopamọ si okunkun, ti nja itẹsiwaju mi lole, ka kuro, ni oruko Jesu.

185. Ẹyin ilẹkun ojurere, ẹ ṣi silẹ fun mi nipa ina, ni oruko Jesu.

186. Awon aninilara mi yoo gba ijaya atokewa lọdun yi, ni oruko Jesu.

187. N o ni ku si aginju iditẹlu, ni oruko Jesu.

188. Itiju, gbọ ọrọ Oluwa, sa kuro lọdọ mi, ni oruko Jesu.

189. Gbogbo agbara to fẹ ki nwa ni ipo ilẹ, tuka, ni oruko Jesu.

IPELE KẸTA, ỌJỌ KẸWA (06-09-2016)
Bibeli Kika: I Awọn Ọba 13
Ijẹwọ: Orin Dafidi 46:1: ỌLỌRUN li àbò wa ati agbara, lọwọlọwọ iranlọwọ ni igba iponju.
Orin iyin
Awọn orin iyin ati idupẹ
Adura Iyin ati Idupẹ

190. Gbogbo iṣẹ-iyanu to ku fẹrẹ ati re mi kọja, wa mi ri nipa ina, ni oruko Jesu.

191. Gbogbo oke ti nsọrọ lodi si mi, yi kuro, ni oruko Jesu.

192. Agbara Ọlọrun, gba gbogbo ifọju t'ẹmi danu, ni oruko Jesu.

193. Gbogbo majẹmu ti idile baba mi ni pẹlu satani, fọ, ni oruko Jesu.

194. Gbogbo ipilẹ aiṣedede ninu ila idile mi, ku, ni oruko Jesu.

195. Gbogbo idoti ipilẹ ninu aye mi, yọ danu, ni oruko Jesu.

196. Ọlọrun, ran paṣan ti nna ni ni anabolẹ, lati le gbogbo aleni-ma-dẹyin mi, ni oruko Jesu.

197. Ọlọrun dide, kede ojurere mi ti ko wọpọ sori ipe ati iṣẹ mi, ni oruko Jesu.

198. Ariwo ibukun, dide, dun le mi lori ni ọpọ yanturu, ni oruko Jesu.

199. Oluwa, fa mi yọ sọtọ fun ọrọ atokewa, ni oruko Jesu.

200. Gbogbo ohun ija okunkun to lodi si mi, ku, ni oruko Jesu.

201. Agbara to lodi si ojurere, ti idile baba mi, ku, ni oruko Jesu.

202. Gbogbo ajaga ati eru wuwo ikuna, ku, ni oruko Jesu.

203. Mo fo, mo si tu ara mi sile kuro lowo emi ipada seyin, ni oruko Jesu.

204. Gbogbo ala ipadaseyin, ku, ni oruko Jesu.

205. Gbogbo akoni-sise emi, tele awon ase mi, ki o si teriba, ni oruko Jesu.

206. Gbogbo agbara iwa ika, ti njiroro lori ayanmo mi, ku, ni oruko Jesu.

207. Iwo agbara iwa ika olorogun, ku, ni oruko Jesu.

208. Gbogbo agbara ika ninu awosanmo, ti nfi iga gbaga lodi si adura mi, ku, ni oruko Jesu.

209. Ipile aye mi, gbo oro Olorun, gba itusile, ni oruko Jesu.

210. Ipile aye mi, gbo ohun Olorun, mu ayanmo mi serere.

IPELE KETA – IJEWO

Ni oruko Jesu, mo gba agbara ti o wa ninu oruko Oluwa lati bori gbogbo ogun ota. A o pe mi ni ilu Oluwa, Sioni ti Eni Mimo Israeli. Bi o tile je pe a ti ko mi sile, a si korira mi, ki ohun rere kan ma ba gba odo mi koja, Olorun yoo so mi di ayo ayeraye, ayo lati iran-de-iran, ni oruko Jesu. Ni oruko Jesu Kristi, nipa ifarahan Olorun ninu aye mi, mo pase ki eniyan ika segbe niwaju mi; ki o si yo danu bii ora ninu ina.

A ti kowe re wipe ki ngbagbe awon ohun isaaju. Olorun yoo se ohun tuntun ninu aye mi, yoo si bu jade. Mo pase ki awon ohun tuntun bere si ni bu jade ninu igbeyawo mi, okowo/ise mi, ninu eto isuna owo mi ati ninu igbe aye emi mi, ni oruko Jesu. Gbogbo ikorajopo awon agbara okunkun ti o lodi si adura mi, aseyori mi ati awon alaja mi, gba ijakule nipa eje Jesu. Olorun ti fi iberu mi ati iwariri mi si ara gbogbo awon ota mi, ki irohin tabi igburo mi le je ki won beru, wariri ki won si wa ninu ipaya, ni oruko Jesu.

ISO ORU TI IPELE YI

(A o ma gba awọn adura wọnyi laari ago mejila oru si ago meji)

ORIN FUN IṢỌ ORU

1. Gbogbo egun ati eedi ti nṣiṣe lodi si ayọ mi, ku, ni orukọ Jesu.

2. Gbogbo egun ati eedi ti wọn yan lodi si ayanmọ mi, ku, ni orukọ Jesu.

3. Gbogbo egun ati eedi ti nṣiṣe lodi si ilera mi, ku, ni orukọ Jesu.

4. Gbogbo egun ti o so pọ mọ orukọ mi, fọ nipa agbara ti mbe ninu ẹjẹ Jesu.

5. Mo fagile egun iyowu ti o ti jade lodi si agbole mi ati awọn ẹkun inu rẹ, ni orukọ Jesu.

6. Mo fagile gbogbo egun ti mo mọ ati eyi ti n o mọ, ti awọn ọmọle ti inu wọn ko dun ti sọ jade, ni orukọ Jesu.

7. Mo fọ gbogbo egun inira ninu igbeyawo mi, ni orukọ Jesu.

8. Mo ṣe, mo si ya ara mi ati idile mi s'ọtọ kuro ninu gbogbo egun idile, irandiran, mọlẹbi ati egun adani ti nṣiṣe lodi si igbeyawo ati ile mi, ni orukọ Jesu.

9. Mo fagile gbogbo egun ati gbolohun buburu afọwọfa lori aye mi ati igbeyawo mi, ni orukọ Jesu.

10. Gbogbo egun ti nṣiṣe lodi si ori mi, ku nipa agbara ti mbe ninu ẹjẹ Jesu, ni orukọ Jesu.

11. Mo fọ, mo si tu ara mi silẹ kuro ninu gbogbo egun ti igbekun ninu eto iṣuna owo ati oṣi, ni orukọ Jesu.

12. Mo fọ gbogbo egun ati eedi aje ti mbe lori ayanmọ mi, ni orukọ Jesu.

13. Mo fọ gbogbo egun irandiran lori ayanmọ mi, ni orukọ Jesu.

14. Gbogbo egun ti nran lati inu ẹjẹ, fọ, ni orukọ Jesu.

15. Mo tu ara mi silẹ kuro ninu gbogbo egun ailera, ni orukọ Jesu.

16. Mo kọ, mo yipada, mo si fagile gbogbo egun iyagan ati aiseso ninu aye mi, ni orukọ Jesu.

17. Mo fọ gbogbo egun iwọ ki yoo ṣerere, ni orukọ Jesu.

18. Mo tu ara mi silẹ kuro ninu gbogo egun idile, ni orukọ Jesu.

19. Gbogbo agbara okunkun ti wọn yan lati maa tọpinpin egun iyowu ti ndamu aye mi, mo gbe ọ de, mo si le ọ jade, ni orukọ Jesu.

20. Mo tu ara mi sile kuro ninu gbogbo egun 'o fẹrẹ de 'bẹ ṣugbọn ko de 'bẹ', ni orukọ Jesu.

21. Gbogbo egun irandiran, mo fọ ibi giga rẹ, ni orukọ Jesu.

IPELE KẸRIN – EMI YOO SUNWỌN JU AWỌN ỌTA MI LỌ

IPELE KẸRIN ỌJỌ KINI (07-09-2016)

Bibeli Kika: Ẹksodu 3

Ijẹwọ: Jeremiah 17:14: Wò mi sàn, OLUWA, emi o si san! gbà mi la, emi o si là, nitori iwọ ni iyin mi.

Orin iyin

Awọn orin iyin ati idupẹ

Adura Iyin ati Idupẹ

1. Ayanmọ mi, kọ lati jọwọ si aṣẹ ajẹ, ni orukọ Jesu.

2. Ifororoyan fun irin itẹsiwaju, ba le aye mi, ni orukọ Jesu.

3. Oluwa, jẹ ki ina Rẹ ba le ayanmọ mi, ni orukọ Jesu.

4. Oluwa, jẹ ki ina Rẹ ba le aye mi, ni orukọ Jesu.

5. Gbogbo ojiji ti wọn yan lodi si aye mi lati ma tọpinpin mi, mo fa ọ ya bayi, ni orukọ Jesu.

6. Ipo mi, mu anfani rere mi jade, ni orukọ Jesu.

7. Gbogbo ẹmi to so mọ mi, ti o fẹ mu mi ma jafara, ku, ni orukọ Jesu.

8. Gbogbo ẹmi igunugun ti o sopọ mọ mi, ku, ni orukọ Jesu.

9. Gbogbo ejo ẹmi ti o so pọ mọ mi, ku, ni orukọ Jesu.

10. Gbogbo agadagodo to ṣan aye mi pa, fọ, ni orukọ Jesu.

11. Ina Ọlọrun, bọ sori gbogbo agbara ti nhalẹ mọ ayanmọ mi, ni orukọ Jesu.

12. Ẹyin angẹli to pa Hẹrọdu, Ẹ ṣiṣẹ lodi si gbogbo awọn ọta ti o kọ lati ronupiwada, ni orukọ Jesu.

13. Iwọ ohun Ọlọrun, gbọn gbogbo irugbin ika to lodi si mi ninu awọn ọrun danu, ni orukọ Jesu.

14. Gbogbo ikorajọpọ satani ti o lodi si ayanmọ mi, ku, ni orukọ Jesu.

15. Ajeji ti o wọ inu ayanmọmi, di gige danu,ni orukọ Jesu.

16. Iji lile ti Oluwa, dide pẹlu irunu, lu gbogbo adura satani lulẹ, ni orukọ Jesu.

17. Gbogbo gbolohun asọtẹlẹ satani, ti wọn yan lati ba awọn ileri atokewa mi jẹ, yaro, ni orukọ Jesu.

18. Ọlọrun dide, paṣẹ awọn ibukun Rẹ sori aye mi, ni orukọ Jesu.

19. Gbogbo ibẹwo okunkun lodi si aye mi, tuka, ni orukọ Jesu.

20. Oju mi, poora kuro ninu gbogbo ẹrọ itọpinpin satani, ni orukọ Jesu.

21. Ara iṣẹpo meji, iparun iṣẹpo meji, le gbogbo awọn aleni-ma-dẹyin mi, ni orukọ Jesu.

22. Gbogbo agbara ti nfi ẹjọ mi sun awọn ẹmi okunkun, ku, ni orukọ Jesu.

ÌPELE KẸRIN, ỌJỌ KEJI (08-09-2016)
Bibeli Kika: Ẹksodu 3
Ijẹwọ: Jeremiah 17:14: Wò mi sàn, OLUWA, emi o si san! gbà mi la, emi o si là, nitori iwọ ni iyin mi.
Orin iyin
Awọn orin iyin ati idupẹ
Adura Iyin ati Idupẹ

23. Gbogbo dragoni ibilẹ ti wọn yan lodi si mi, fọ si wẹwẹ, ni orukọ Jesu.

24. Gbogbo majele okunkun ninu agọ ara mi, gbẹ, ki o si ku, ni orukọ Jesu.

25. N ko ni ku ki ogo mi o to farahan, ni orukọ Jesu.

26. Gbogbo pẹpẹ iponju, ku, ni orukọ Jesu.

27. Agbajọ agbara okunkun lori aye mi, tuka, ni orukọ Jesu.

28. Gbogbo agbara to wa nidi iṣoro mi, ku, ni orukọ Jesu.

29. Gbogbo ọkunrin alagbara ti wọn yan lodi si ayanmọ mi, tuka, ni orukọ Jesu.

30. Gbogbo igi awọn iṣoro igbadegba, ku, ni orukọ Jesu.

31. Nibo ni Ọlọrun Elijah wa dide, jẹ ki itan mi yipada, ni orukọ Jesu.

32. Gbogbo gbongbo ẹgan ninu aye mi, ku, ni orukọ Jesu.

33. Gbogbo agbara ti wọn bẹ lọwẹ lati fa mi lulẹ, ku, ni orukọ Jesu.

34. Eto ajẹ fun aye mi, ku, ni orukọ Jesu.

35. Gbogbo agbara ti nyọ irawọ mi lẹnu, ku, ni orukọ Jesu.

36. Gbogbo agbara ti ngbe ipà buburu ga ninu aye mi, ku, ni orukọ Jesu.

37. Gbogbo eto idile baba mi lati fi aye mi ṣofo, ku, ni orukọ Jesu.

38. Àlè lori ogo mi, ku, ni orukọ Jesu.

39. Gbogbo agbara ti nsọ iku aitọjọ sinu aye mi, ku, ni orukọ Jesu.

40. Agboorun ibi 'yowu ti nbo ori mi, tuka, ni orukọ Jesu.

41. Ajaga idaduro satani, fọ, ni orukọ Jesu.

42. Gbogbo agbara itiju ti wọn doju rẹ kọ mi, tuka, ni orukọ Jesu.

ÌPELE KẸRIN ỌJỌ KẸTA (09-09-2016)

Bibeli Kika: Ẹksodu 3
Ijẹwọ: Jeremiah 17:14: Wò mi sàn, OLUWA, emi o si san! gbà mi la, emi o si là, nitori iwọ ni iyin mi.
Orin iyin
Awọn orin iyin ati idupẹ
Adura Iyin ati Idupẹ

43. Awọn ajaga ti o wa lati oju ala, fọ, ni orukọ Jesu.

44. Irugbin ailera ninu aye mi, ku, ni orukọ Jesu.

45. Gbogbo adura ajẹ ti nṣiṣẹ lodi si mi, tuka, ni orukọ Jesu.

46. Ina ipọnju, ku, ma ṣe dide mọ, ni orukọ Jesu.

47. Igbe mi, ru awọn angẹli onipa s'oke, ni orukọ Jesu.

48. Idabu si didi ẹni nla ti ipilẹ, ku, ni orukọ Jesu.

49. Ọpa Ọlọrun, dide, pin okun pupa mi niya, ni orukọ Jesu.

50. Ohun awon ajeji ti wọn yan lodi si ayanmọ mi, mo gbe ọ sin loni, ni orukọ Jesu.

51. Gbogbo agbara ti nsọrọ lodi si ayanmọ mi, mo gbe ọ sin loni, ni orukọ Jesu.

52. Mo fi ẹjẹ Jesu bo ara mi, ni orukọ Jesu.

53. Mo fọ agbara gbogbo egun ti awọn alaiwa-bi-Ọlọrun fi sori mi, ni orukọ Jesu.

54. Mo fọ gbogbo egun to wa sori mi lati ọdọ iran ti o ti kọja ninu idile mi, ni oruko Jesu.

55. Mo fagile gbogbo awọn egun afọwọ fa, ni oruko Jesu.

56. Mo fagile gbogbo awọn egun ti awọn obi mi fa, ni oruko Jesu.

57. Gbogbo awọn iṣoro ti o ni ṣe pẹlu egun, ma lọ, ni oruko Jesu.

58. Agbara ti wọn gbin si igba ewe mi, lati damu ọjọ iwaju mi, gbọ ọrọ Oluwa, ku, ni oruko Jesu.

59. Oluwa, jẹ ki gbogbo agbara ti wọn gbin si igba ewe mi, gbẹ danu, ni oruko Jesu.

60. Awọn agbara ti wọn gbin si igba ewe mi lati yọ ọjọ iwaju mi lẹnu, mo gbẹ odo rẹ gẹgẹ bi Jọrdani ṣe gbẹ danu, ni oruko Jesu.

61. Awọn agbara ti wọn gbin si igba ewe mi, ti yoo yọ ọjọ iwaju mi lẹnu, mo gbẹ gbongbo rẹ gẹgẹ bi Oluwa ṣe jẹ ki igi ọpọtọ gbẹ, ni oruko Jesu.

62. Awọn agbara ti wọn gbin si igba ewe mi, lati damu ọjọ iwaju mi, mo wo ẹnubode rẹ lulẹ, ni oruko Jesu.

63. Awọn agbara ti wọn gbin si igba ewe mi lati damu ọjọ iwaju mi, mo fọ ọpa ẹnu ọna idẹ rẹ si wẹwẹ, ni oruko Jesu.

ÌPELE KẸRIN ỌJỌ KẸRIN (10-09-2016)
Bibeli Kika: Ẹksodu 3
Ijẹwọ: Jeremiah 17:14: Wò mi sàn, OLUWA, emi o si san! gbà mi la, emi o si là, nitori iwọ ni iyin mi.
Orin iyin
Awọn orin iyin ati idupẹ
Adura Iyin ati Idupẹ

64. Awọn agbara ti wọn gbin si igba ewe mi lati damu ọjọ iwaju mi, mo fọ ọpa irin rẹ, ni oruko Jesu.

65. Awọn agbara ti wọn gbin si igba ewe mi lati damu ọjọ ọla mi, mo fọ odi rẹ lulẹ gẹgẹ bi odi Jeriko ṣe wo lulẹ, ni oruko Jesu.

66. Mo de ọkunrin alagbara ti o ti wa lati igba ewe mi wa, ni oruko Jesu.

67. Awọn agbara ti wọn gbin si igba ewe mi lati damu ọjọ ọla mi, mo ge gbogbo okun rẹ, mo si ju wọn sọnu, ni oruko Jesu.

68. Mo fọ gbogbo egun aiṣedede ti nṣan lati ila idile mi wa, ni oruko Jesu.

69. Mo pa gbogbo ale ti ẹmi run, lati idile iya ati baba mi, ni iran mẹwa sẹyin, ni oruko Jesu.

70. Iwọ agbara okunkun ile baba ati iya mi, mo paṣe ki o tẹba lori eekun rẹ, ni oruko Jesu.

71. Iwọ agbara okunkun ile baba ati iya mi, mo fi ikọ si imu rẹ, ni oruko Jesu.

72. Iwọ agbara okunkun ile baba ati iya mi, mo fi ikọ si ahọn rẹ, ni oruko Jesu.

73. Iwọ agbara okunkun ile baba ati iya mi, mo fi ègúń si egungun ẹrẹkẹ rẹ, ni oruko Jesu.

74. Iwọ agbara okunkun ti ile baba ati iya mi, mo mu itẹ rẹ kuro, ni oruko Jesu.

75. Iwọ agbara okunkun ile baba ati iya mi, mo paṣe ki o joko sinu ekuru, ni oruko Jesu.

76. Majẹmu okunkun 'yowu pẹlu ilu ti wọn ti bi mi, ku, ni oruko Jesu.

77. Ajaga ti wọn gbin si ipilẹ mi, fọ, ni oruko Jesu.

78. Iṣoro 'yowu ti wọn gbin si igba ewe mi lati ko adalu ba ọjọ iwaju mi, ku, ni oruko Jesu.

79. Onfa ikuna ti ipilẹ, gba ina, ni oruko Jesu.

80. Irugbin okunkun ti nyọ irawọ mi lẹnu, yangbẹ nipa ina, ni oruko Jesu.

81. Gbogbo idokowo satani ninu ipilẹ aye mi, ku, ni oruko Jesu.

82. Majele igba ewe to farasin, ti nko adalu ba aye mi, gba ina, ni oruko Jesu.

83. Gbogbo igi ti Ọlọrun Baba ko gbin sinu aye mi, ku, ni oruko Jesu.

84. Jẹ ki gbogbo rabọ-rabọ awọn ọwọ satani to gbe mi nigba ti mo wa lọmọ ọwọ d'opin, ni oruko Jesu.

ÌPELE KẸRIN, ỌJỌ KARUN (11-09-2016)

Bibeli Kika: Ẹksodu 3

Ijẹwọ: Jeremiah 17:14: Wò mi sàn, OLUWA, emi o si san! gbà mi la, emi o si là, nitori iwọ ni iyin mi.

Orin iyin

Awọn orin iyin ati idupẹ

Adura Iyin ati Idupẹ

85. Ide olubi, fọ nipa ina, ni orukọ Jesu.

86. Baba mi, rin pada si igba ewe mi, ki O si fọ aye mi mọ, ni orukọ Jesu.

87. Awọn irugbin satani ninu ipilẹ mi, ku, ni orukọ Jesu.

88. Ejo ati akeke ti wọn gbin sinu ipilẹ mi, ku, ni orukọ Jesu.

89. Olupa ogo ti o ti gbilẹ sinu ipilẹ mi, ku, ni orukọ Jesu.

90. Ẹjẹ Jesu, dide ninu agbara iwẹnumọ Rẹ, fọ ipilẹ mi, ni orukọ Jesu.

91. Gbogbo agbara Hẹrọdu ti ntọpinpin irawọ mi, mo gbe ọ sin bayi, ni orukọ Jesu.

92. N o ṣ'ajọyọ Jesu, n o si di ẹni ajọyọ atokewa, ni orukọ Jesu.

93. Ẹnu ti o kẹgan mi yoo yipada ki mi ku oriire, ni orukọ Jesu.

94. Gbogbo eyẹ ibi ti nfo lodi si ayanmọ mi, ọfa Ọlọrun yoo ta ba ọ, ni orukọ Jesu.

95. Ọlọrun Elijah yoo pa lẹnu mọ, awọn ti npa mi lẹnu mọ, ni orukọ Jesu.

96. Ẹnikẹni ti o ba bintin mi yoo di ẹni ibintin lati oni lọ, ni orukọ Jesu.

97. Gbogbo agbara ti nṣiṣẹ lodi si imunadoko mi, tuka, ni orukọ Jesu.

98. Gbogbo agbara ti nṣiṣẹ lodi si igbega mi, tuka, ni orukọ Jesu.

99. Gbogbo ọta alaja mi ikọkọ ati gbangba, tuka, ni orukọ Jesu.

100. Gbogbo ọta erin alaja mi, ti ikọkọ ati gbangba, tuka, ni orukọ Jesu.

101. Gbogbo iranṣẹ iku aitọjọ ti wọn yan lodi si aye mi, ku, ni orukọ Jesu.

102. Gbogbo iranṣẹ iku aitọjọ, ku, ni orukọ Jesu.

103. Ẹyin ọfa adura mi, ẹ dide, ẹ mu ibanujẹ ba awọn ọta mi loni, ni orukọ Jesu.

104. Agbara ojurere lọtun, le mi, ki o si ba mi, ni orukọ Jesu.

105. Ihamọra awọn ọta mi, bẹrẹ si ni jo danu, ni orukọ Jesu.

ÌPELE KẸRIN, ỌJỌ KẸFA (12-09-2016)
Bibeli Kika: Ẹksodu 3
Ijẹwọ: Jeremiah 17:14: Wò mi sàn, OLUWA, emi o si san! gbà mi la, emi o si là, nitori iwọ ni iyin mi.
Orin iyin
Awọn orin iyin ati idupẹ
Adura Iyin ati Idupẹ

106. Ọlọrun dide, fọ gbogbo isọkan ọta, ni orukọ Jesu.

107. Ọlọrun dide, fọ gbogbo rikiṣi ọta, ni orukọ Jesu.

108. Jẹ ki gbogbo ifọnu Golayati mi di itiju, ni orukọ Jesu.

109. Iwọ akọni awọn iṣoro mi, pokun so gẹgẹ bi Hamani, ni orukọ Jesu.

110. Oluwa, ninu eto yi, jẹ ki ija ibi di akanti, ni orukọ Jesu.

111. Gbogbo agbegbe ti ọta ti ji lọ ninu aye mi, mo gba wọn pada, ni orukọ Jesu.

112. Ọlọrun, ri daju wipe aye mi pada bọ sipo lọdun yi, ni orukọ Jesu.

113. Ọlọrun, ṣe atunṣe aye mi, ṣe atunṣe ayanmọ mi, ni orukọ Jesu.

114. Jẹ ki gbogbo majele ninu agọ ara mi ku bayi, ni orukọ Jesu.

115. Ẹjẹ Jesu, pa gbogbbo ejo ti o wa ninu ayanmọ mi, ni orukọ Jesu.

116. Ẹsan Ọlọrun, dide, pa gbogbo iranṣẹ okunkun ti nyọ aye mi lẹnu, ni orukọ Jesu.

117. Ipo 'yowu ninu aye mi, ti ko fi ogo fun Ọlọrun, ku, ni orukọ Jesu.

118. Iwọ opo ina, dide bẹrẹ si ni jo layika mi ni wakati mẹrin-le-logun loojọ, ni orukọ Jesu.

119. Ajadi apo ọlọjọ pipẹ ninu aye mi, ku, ni orukọ Jesu.

120. Ẹnikẹni ti o ba mu orukọ mi lọ si ile adahunṣe yoo ku laarin wakati mẹrin-le-logun, ni orukọ Jesu.

121. Agbara 'yowu ti o ti ji ogo ọjọ iwaju mi, ku, ni orukọ Jesu.

122. Gbogbo ero ti kii ṣe ti Ọlọrun ti wọn gbero lodi si mi, ta pada, ni oruko Jesu.

123. Awọn ti o wipe afi igba ti awọn ba ku ni emi yoo to ṣerere, jẹ ki asọtẹlẹ wọn ri bẹẹ, ni oruko Jesu.

124. Agbara 'yowu lati ile baba ati iya mi, ti nde mi mọlẹ, ku, ni oruko Jesu.

125. Agbara ti nbintin aye eniyan, gbọ ọrọ Oluwa, ku, ni oruko Jesu.

126. Awọn agbara mujẹ-mujẹ ti wọn yan lodi si mi, mu ẹjẹ ara rẹ, ni oruko Jesu.

ÌPELE KẸRIN, ỌJỌ KEJE (13-09-2016)
Bibeli Kika: Ẹksodu 3
Ijẹwọ: Jeremiah 17:14: Wò mi sàn, OLUWA, emi o si san! gbà mi la, emi o si là, nitori iwọ ni iyin mi.
Orin iyin
Awọn orin iyin ati idupẹ
Adura Iyin ati Idupẹ

127. Ẹnikẹni ti wọn yan lati ti mi kuro ninu ibukun/iṣẹ mi, gba idojuti atokewa, ni oruko Jesu.

128. Gbogbo agbara ti nfiga gbaga lori ohun ini mi, gba ijakulẹ, ni oruko Jesu.

129. Alaja ti yoo dojuti awọn apẹgan mi, farahan, ni oruko Jesu.

130. Gbogbo ogun to wa ni bebe alaja mi, tuka, ni oruko Jesu.

131. Ọna iponju, gbọ ọrọ Oluwa, ti pa, ni oruko Jesu.

132. Mo gba awọn ọdun ti mo ti fi ṣofo pada, ni ilọpo meje, ni oruko Jesu.

133. Ọlọrun dide, gbe mi lọ sinu ọjọ iwaju ti o ga, ni oruko Jesu.

134. Gbogbo kanga ti mo ti padanu, ṣi, ni oruko Jesu.

135. Gbogbo ẹnubode okunkun ti wọn yan lodi si mi, tuka, ni oruko Jesu.

136. Agbara iṣoro igba-de-gba, ku, ni oruko Jesu.

137. Gbogbo ajọ okunkun ti o korajọpọ nitori mi, gba ina, ni oruko Jesu.

138. Ọlọrun dide, jẹ ki itan mi yipada, ni oruko Jesu.

139. Alaja mi ti o wa ni ikawọ awọn ajẹ, gba itusilẹ nipa ina, ni orukọ Jesu.

140. Gbogbo apejọ ajẹ ti wọn pe lati dojutimi, tuka, ni orukọ Jesu.

141. Ile ifowopamọ si awọn ajẹ, tu ibukun mi silẹ nipa ina, ni orukọ Jesu.

142. Gbogbo awujọ satani to pejọ lati kẹgan mi, tuka, ni orukọ Jesu.

143. Alimanaki ati iwe iṣeto ajẹ, gba ina, ni orukọ Jesu.

144. Aale ajẹ ti idile baba mi, ku, ni orukọ Jesu.

145. Ogun ti nbi awọn ogun miran ninu aye mi, ku, ni orukọ Jesu.

146. Gbogbo asopọ ogun ninu aye mi, ku, ni orukọ Jesu.

147. Mo gba agbara itaniji ti Ẹmi Mimọ, ni orukọ Jesu.

ÌPELE KẸRIN ỌJỌ KẸJỌ (14-09-2016)

Bibeli Kika: Ẹksodu 3

Ijẹwọ: Jeremiah 17:14: Wò mi sàn, OLUWA, emi o si san! gbà mi la, emi o si là, nitori iwọ ni iyin mi.

Orin iyin

Awọn orin iyin ati idupẹ

Adura Iyin ati Idupẹ

148. Gbogbo ṣẹkẹṣẹkẹ rukerudo buburu, ja, ni orukọ Jesu.

149. Awọn iṣoro ti nwa, ti nlọ, ku, ni orukọ Jesu.

150. Iṣoro olobiripo, ku, ni orukọ Jesu.

151. Ogun ti o kọ ti ko lọ, gba ina, jo di eeru, ni orukọ Jesu.

152. Ijakulẹ, mo ja ọ kulẹ nipa agbara ti o wa ninu ẹjẹ Jesu, ni orukọ Jesu.

153. O to gẹẹ, mo gba awọn ohun ini mi nipa ina, ni orukọ Jesu.

154. Gbogbo agbara ti ndamu ala mi, Ọlọrun mi yoo damu rẹ loni, lni orukọ Jesu.

155. Gbogbo egun ọlọjọ pipẹ ninu idile mi, ku, ni orukọ Jesu.

156. Ẹyin ọta mi, iṣoro mi ti d'opin, o kan yin bayi, nitori naa, ẹ gbe ẹru yin, ni orukọ Jesu.

157. Gbogbo okunkun ti o so kọ sori igi idile mi, fọ, ni orukọ Jesu.

158. Ifororoyan lati dojuti gbogbo awọn iṣoro mi, ba le mi bayi, ni oruko Jesu.

159. Ajaga idarudapọ satani, fọ, ni oruko Jesu.

160. Agbara 'yowu ti nsun orun lati pa mi lara, o ko ni ji mọ, ni oruko Jesu.

161. Mo fi oolu ina fọ gbogbo posi okunkun, ni oruko Jesu.

162. Aṣẹ okunkun ti wọn yan lodi si mi, ku, ni oruko Jesu.

163. Awọn ẹmi meje ti Ọlọrun lori Isaiah, farahan ninu aye mi, ni oruko Jesu.

164. Gbogbo agbara ti o fẹ ki njẹ irufẹ iya ti awọn obi mi jẹ, ku, ni oruko Jesu.

165. Gbogbo iboji eto iṣuna ti wọn gbẹ fun mi, tuka, ni oruko Jesu.

166. Iṣoro iyowu ti o ni ṣe pẹlu ẹkun ibatan ti o ti ku, ku, ni oruko Jesu.

167. Mo fo kọja eto ọta lati pa mi, ni oruko Jesu.

168. Awọn ilẹkun ayederu ti ọta ṣi silẹ fun mi, ti pa. Ẹyin ilẹkun ti Ọlọrun, ẹ ṣi nipa ina, ni oruko Jesu.

ÌPELE KẸRIN ỌJỌ KẸSAN (15-09-2016)
Bibeli Kika: Ẹksodu 3
Ijẹwọ: Jeremiah 17:14: Wò mi sàn, OLUWA, emi o si san! gbà mi la, emi o si là, nitori iwọ ni iyin mi.
Orin iyin
Awọn orin iyin ati idupẹ
Adura Iyin ati Idupẹ

169. Iji aye buburu, dakẹ jẹ nipa ina, ni oruko Jesu.

170. Gbogbo majele ninu agọ ara mi, ku, ni oruko Jesu.

171. Jẹ ki awọn eniyan bẹrẹ si ni fi iga gbaga lati ṣe mi nire, ni oruko Jesu.

172. Iwọ agbara ikuna ajogunba, ku, ni oruko Jesu.

173. Awọn ọta mi yoo tẹriba fun mi, ni oruko Jesu.

174. Gbogbo Golayati ninu ayanmọ mi, ku, ni oruko Jesu.

175. Gbogbo agbara ibi ti o lepa awọn obi mi, to wa nlepa mi bayi, ku, ni oruko Jesu.

176. Gbogbo ipilẹ ajẹ ninu ila idile mi, ku, ni orukọ Jesu.

177. Iwọ agbara iponju, ku, ni orukọ Jesu.

178. Gbogbo almanaki okunkun fun aye mi, ku, ni orukọ Jesu.

179. Iwọ ọrun, dide pẹlu awọn ohun ija ogun rẹ, lepa awọn ti nlepa mi, ni orukọ Jesu.

180. Oṣi ipilẹ, ku, ni orukọ Jesu.

181. Iwọ ọrun lori iṣerere mi, ṣi nipa ina, ni orukọ Jesu.

182. Gbogbo pẹpẹ ajẹ ti wọn gbe dide lodi si awọn alaja mi, ku, ni orukọ Jesu.

183. Itẹsiwaju mi yoo ṣ'oju awọn ti nbintin mi, ni orukọ Jesu.

184. Gbogbo ọfa ọta ninu ipilẹ mi ti ngbogun dide lodi si ayanmọ mi, ku, ni orukọ Jesu.

185. Agbara 'yowu ti wọn yan lati dori aye mi kodo, ku, ni orukọ Jesu.

186. Agbara 'yowu ti nde aye mi mọlẹ, ku, ni orukọ Jesu.

187. Agbara 'yowu ti nṣeto ibanujẹ sinu ayanmọ mi, ku, ni orukọ Jesu.

188. Iwọ agbara ilẹ, tu aisiki mi ti o ti gbe mi silẹ, ni orukọ Jesu.

189. Mo gba jijẹ ẹni aṣayan mi atokewa, mo gbọdọ tan, ni orukọ Jesu.

ÌPELE KẸRIN ỌJỌ KẸWA (16-09-2016)
Bibeli Kika: Ẹksodu 3
Ijẹwọ: Jeremiah 17:14: Wò mi sàn, OLUWA, emi o si san! gbà mi la, emi o si là, nitori iwọ ni iyin mi.
Orin iyin
Awọn orin iyin ati idupẹ
Adura Iyin ati Idupẹ

190. N o ni kọ́ ayanmọ mi sori ipilẹ ajẹ, ni orukọ Jesu.

191. Mo gbe gbogbo idokowo satani de, ni orukọ Jesu.

192. Ọwọ ọta ko ni bori lori mi, ni orukọ Jesu.

193. Ọlọrun dide, yi okuta mi kuro, ni orukọ Jesu.

194. Ẹyin angẹli asọtẹlẹ, ẹ gba ipo yin ninu aye mi, ni orukọ Jesu.

195. Gbogbo ohun ajeji, mo kọ ijẹgaba rẹ, ni orukọ Jesu.

196. Ọlọrun dide, lu ailera mi pa, ni orukọ Jesu.

197. Ina, dide, tu awọn aisiki mi silẹ, ni orukọ Jesu.

198. Gbogbo ibi ti mo ba dojukọ, ikore yoo ki mi kaabọ, ni orukọ Jesu.

199. A ko ni ri ẹjẹ mi lori pẹpẹ ki pẹpẹ, ni orukọ Jesu.

200. Ọkan mi ki yoo da awọn agbara okunkun lohun, ni orukọ Jesu.

201. Ajaga, egun, ifaya, fọ kuro ninu aye mi, ni orukọ Jesu.

202. Gbogbo iwe aṣẹ ti wọn lo gẹgẹ bi ohun ija lodi si aye mi, ku, ni orukọ Jesu.

203. Gbogbo ọfa ti wọn ta sinu irawọ mi lati rẹ mi silẹ, ku, ni orukọ Jesu.

204. Agbara arẹnisilẹ, agbajọpọ agbara, ku, ni orukọ Jesu.

205. Eto agbara "ko la, ko ṣ'agbe", lori aye mi, ku, ni orukọ Jesu.

206. Agbara idile baba mi, ti wọn yan lati sọ aye mi di jalajala, ku, ni orukọ Jesu.

207. Mo tun itan idile mi kọ nipa ina, ni orukọ Jesu.

208. Obinrin Jesebeli 'yowu, ti wọn yan lati fa mi walẹ, ku, ni orukọ Jesu.

209. Oluwa, fun mi ni ala ti yoo yi aye mi pada si rere, ni orukọ Jesu.

210. Mo pa igbe aye gbogbo awọn olupa iran, ni orukọ Jesu.

IPELE KẸRIN – IJẸWỌ

Pupọ ni ete ti o wa ni ọkan eniyan; ṣugbọn, imọran Oluwa ni yoo duro ninu aye mi, ni orukọ Jesu. Ọlọrun mi Jehofah ni anito ati anisẹku. Mo gba ọpọ yanturu atokewa ti Ọlọrun, ni gbogbo agbegbe aye mi, ni orukọ Jesu. Mo gba mọ ara mi, awọn alumọni, agbara, okun, ipa ati ifororoyan ninu ẹjẹ Jesu. Satani ati awọn ẹmi eṣu rẹ ko ni le duro lodi si mi nitori ti a ti fi ẹjẹ ọdọ agutan ti Ọlọrun bo mi. Ọpagun ti Ọlọrun si mbe laarin emi ati satani, ti Ẹmi Ọlọrun gbe soke nipasẹ Agbelebu ti Kalfari.

Ti ọta ba dide lodi si mi, Ẹmi Oluwa yoo gbe opagun dide lodi si wọn, wọn ko si ni le re kọja, ni orukọ Jesu. Lati isinsiyi lọ, ki ẹmi idile tabi ẹmi irandiran kan maṣe ni igbamu mọ lori awọn ọran aye mi ati emi. Wọn ko ni ni ọna abawọle sinu aye mi, nitori ti mo ni ami ọdọ agutan Ọlọrun lara mi, ẹni ti O saan idiyele fun aye mi, O si ra mi, ki emi ba le jẹ tirẹ titi lai, ni orukọ Jesu. Ni kiakia ni Oluwa yoo gbọ mi, ni kankan ni yoo gba mi kuro lọwọ egun aini ati aiseso, ni orukọ Jesu.

IṢỌ ORU TI IPELE YI

(A o ma gba awọn adura wọnyi laari ago mejila oru si ago meji)

ORIN FUN IṢỌ ORU

1. Gbogbo egun ti awọn ojiṣẹ satani fi le ayanmọ mi, mo fọ ọ, ni orukọ Jesu.

2. Gbogbo egun ẹlẹsẹ gigun, mo kan ọ, ni orukọ Jesu.

3. Gbogbo idasi egun ninu aye mi, mo fọ ọ, ni orukọ Jesu.

4. Gbogbo egun aleni-madẹyin, fọ, ni orukọ Jesu.

5. Mo tu ara mi silẹ kuro lọwọ igbamu egun ti nrin kiri, ni orukọ Jesu.

6. Baba mi, yi gbogbo egun ti wọn gbe le mi lori di ibukun, ni orukọ Jesu.

7. Mo ba a jẹ, mo si fagile gbogbo asọtẹlẹ ti o lodi ti wọn sọ lodi si mi, ni orukọ Jesu.

8. Oluwa, maa tọ mi sinu gbogbo aditu aye mi, ni orukọ Jesu.

9. Gbogbo Hamani ti wọn yan lodi si aye mi, ṣubu lulẹ ku, ni orukọ Jesu.

10. Ki gbogbo ikorajọpọ awọn eniyan ika lodi si mi ma kora jọpọ fun idajọ, ni orukọ Jesu.

11. Ọlọrun dide, ki O si so gbogbo Hamani ti wọn yan lodi si aye mi kọ, ni orukọ Jesu.

12. Mo pa a run, ọwọ adahunṣe ti nṣiṣẹ lodi si mi, ni orukọ Jesu.

13. Gbogbo ẹmi ajẹ, ti ngbiyanju lati mọ odi lodi si ayanmọ mi, ṣubu lulẹ ku, ni orukọ Jesu.

14. Mo ran ojo iponju sori gbogbo agbara ajẹ ti nṣiṣẹ lodi si mi, ni orukọ Jesu.

15. Gbogbo ṣẹkẹṣẹkẹ iṣe ajẹ ajogunba ninu idile mi, fọ, ni orukọ Jesu.

16. Gbogbo akaba ti awọn ajẹ nlo lodi si mi, yangbẹ, ni orukọ Jesu.

17. Oluwa, fun mi ni awọn kọkọrọ lati ṣi awọn ọrọ mi ti o pamọ nibi ikoko.

18. Gbogbo ilẹkun ayeraye ti o ti dena eto Ọlọrun fun aye mi, ṣi nipa ina, ni orukọ Jesu.

19. Gbogbo ojiṣẹ iku ti wọn yan lodi si aye mi, pada lọ si ọdọ ẹni ti o ran ọ wa, ni orukọ Jesu.

20. Gbogbo oró iku ti wọn yan lodi si aye mi, yọ danu nipa ẹjẹ Jesu.

21. Gbogbo okuta idena si eto asọtẹlẹ ti Ọlọrun lori aye mi, fa tu, ni orukọ Jesu.

IPELE KARUN- LATI INU ẸSÍN WỌ INU ESI AYỌ

IPELE KARUN ỌJỌ́ KINI (17-09-2016)

Bibeli Kika: I Samueli 2

Ijẹwọ: Numeri 23:19: Ọlọrun ki iṣe eniyan ti yio fi ṣèké: bẹ́ẹ̀ni ki iṣe ọmọ eniyan ti yio fi ronupiwada: a ma wi, ki o ma si ṣe bi? tabi a ma sọ̀rọ̀ ki o má mu un ṣe?

Orin iyin

Awọn orin iyin ati idupẹ

Adura Iyin ati Idupẹ

1. Oluwa, tun ayanmọ mi to fun awọn alaja ti ko wọpọ, ni orukọ Jesu.

2. Ọlọrun, O fun orun ni agbara lori òkùnkùn, fun mi ni agbara alaja, ni orukọ Jesu.

3. Ọlọrun, mu ọpọlọ mi jafafa si, ni orukọ Jesu.

4. Ahọn mi, mu awọn ohun ti o dara ṣẹlẹ ninu aye mi, ni orukọ Jesu.

5. Ọwọ mi, kọ lati ba oṣi kẹgbẹ pọ, ni orukọ Jesu.

6. Gbogbo adehun iku, ku, ni orukọ Jesu.

7. Gbogbo igbajumọ eṣu, ku, ni orukọ Jesu.

8. Mo so ẹbi mi pọ mọ ina Ẹmi Mimọ, ni orukọ Jesu.

9. Gbogbo pẹpẹ ajẹ ni ile ti mo ngbe, ku, ni orukọ Jesu.

10. Gbogbo aja ajẹ, maṣe gbo mọ, ni orukọ Jesu.

11. Mo tu awọn ọta-ibọn silẹ lodi si gbogbo ipejọpọ ibi, ni orukọ Jesu.

12. Iwọ ọrọ Ọlọrun pẹlu agbara Rẹ bii ti oolu, fọ gbogbo ṣẹkẹṣẹkẹ ibi ninu aye mi, ni orukọ Jesu.

13. Ọlọrun dide, fa ohun gbogbo ti o ṣe e fatu tu, ki O si tu gbogbo ohun ti o ṣe tuka ka, ni orukọ Jesu.

14. Ọlọrun, kọ orukọ mi mọ awọn akikanju Rẹ, ni orukọ Jesu.

15. Emi yoo tayọ, ko si ẹni ti yoo ba mi jẹ, ni orukọ Jesu.

16. Emi yoo ni ọgbọn Solomoni, ṣugbọn ki i ṣe aikiyesara rẹ, ni orukọ Jesu.

17. Ina ọta ki yoo jo mi, ni orukọ Jesu.

18. Ipe mi ki yoo di ikore fun ẹṣu, ni orukọ Jesu.

19. Oluwa, so ori mi pọ mọ iṣẹgun ikẹyin, ni orukọ Jesu.

20. Ran mi lọwọ Oluwa lati kan ẹran ara mi mọ agbelebu, ni orukọ Jesu.

21. Ariyanjiyan okunkun lori ipin mi, tuka, ni orukọ Jesu.

22. Awọn iṣẹ iyanu mi ti wọn da duro, farahan, ni orukọ Jesu.

ÌPELE KARUN ỌJỌ KEJI (18-09-2016)

Bibeli Kika: I Samueli 2

Ijẹwọ: Numeri 23:19: Ọlọrun ki iṣe eniyan ti yio fi ṣèké: béẹni ki iṣe ọmọ eniyan ti yio fi ronupiwada: a ma wi, ki o ma si ṣe bi? tabi a ma sọrọ ki o má mu un ṣẹ.

Orin iyin

Awọn orin iyin ati idupẹ

Adura Iyin ati Idupẹ

23. Ogun ọdun yi ki yoo bori mi, ni orukọ Jesu.

24. Awọn iṣẹ ọwọ ọta mi yoo jẹ wọn run, ni orukọ Jesu.

25. Akọle oṣi, ma parẹ, ni orukọ Jesu.

26. Okunkun ti o f'arasin, jade kuro ninu aye mi, ni orukọ Jesu.

27. Iwọ agbara Ọlọrun, sun mi siwaju, ni orukọ Jesu.

28. Ẹyin alejo okunkun, ẹ jade pẹlu gbogbo gbongbo yin, ni orukọ Jesu.

29. Gbogbo agbọn satani, maa jona, ni orukọ Jesu.

30. Farao ayanmọ mi, ku, ni orukọ Jesu.

31. Gbogbo agbara Lefiathani, tu ayanmọ mi silẹ, ni orukọ Jesu.

32. Gbogbo ẹru satani, ku, ni orukọ Jesu.

33. Agbara ti nfọ ajaga, ba le mi, ni orukọ Jesu.

34. Ina Ọlọrun, le awọn aleni mi danu, ni orukọ Jesu.

35. Agbara lati ṣe awari ayanmọ mi, ba le mi, ni orukọ Jesu.

36. Iwọ afẹfẹ amodi poora, ni orukọ Jesu.

37. Iṣerere mi, wa mi ri, ni orukọ Jesu.

38. Gbogbo ibi giga ipadasẹyin, ku, ni orukọ Jesu.

39. Oluwa, ję ki agbara Rę ja fun mi, ni orukǫ Jesu.

40. Gbogbo igbamu okunkun ti ndari aye mi, ku, ni orukǫ Jesu.

41. Gbogbo igbogunti aję lodi si irawǫ mi, ku, ni orukǫ Jesu.

42. Ǫgba okunkun, ma baję, ni orukǫ Jesu.

ÌPELE KARUN, ǪJǪ KĘTA (19-09-2016)

Bibeli Kika: I Samueli 2

Ijęwǫ: Numeri 23:19: Ǫlǫrun ki isę eniyan ti yio fi sęké: bęęni ki isę ǫmǫ eniyan ti yio fi ronupiwada: a ma wi, ki o ma si sę bi? tabi a ma sǫrǫ ki o má mu un sę?

Orin iyin

Awǫn orin iyin ati idupę

Adura Iyin ati Idupę

43. Awǫn ilana iparun, ku, ni orukǫ Jesu.

44. Ęmi Mimǫ, dide ki O si mu mi gbooro si, ni orukǫ Jesu.

45. Gbogbo igi buburu ti nhu ninu ayanmǫ mi, ku, ni orukǫ Jesu.

46. Iwǫ ęję Jesu, dojuti Golayati mi, ni orukǫ Jesu.

47. Mo fǫ gbogbo ifaniwǫ ęgbę okunkun laimǫ danu, ni orukǫ Jesu.

48. Mo fǫ gbogbo ifǫwǫsi awǫn aworawǫ, ni orukǫ Jesu.

49. Mo gbe gbogbo ęmi kiniun ti nbu ramuramu de; Mo sǫ gbangba pe Jesu ni Kiniun ęya Juda, ni orukǫ Jesu.

50. Gbogbo adigunjale aję, jona, ni orukǫ Jesu.

51. Ję ki gbogbo egun ti iran ęję mi fi re lodi si igbeyawo mi fǫ, ni orukǫ Jesu.

52. Oluwa, ję ki Ina Ęmi Mimǫ maa jo ǫmu ati ęsę mi, ni orukǫ Jesu.

53. Ję ki gbogbo atęleni, awoye ęni ati awǫn alagbasę ibi gba ifǫju, ni orukǫ Jesu.

54. Oluwa, ro mi lagbara nibi ti mo ti sę alailera, Iwǫ Ǫlǫrun agbara mi, ni orukǫ Jesu.

55. Fi han mi loni, Ipo ti mo wa ninu iwe awǫn isę-iyanu Rę, ni orukǫ Jesu.

56. Mo gba gbogbo ilę ti mo ti padanu pada, ni orukǫ Jesu.

57. Mo de gbogbo ẹmi ti nle awọn iṣẹ iyanu mi kuro, ni orukọ Jesu.

58. Mo pe ina idajọ Ọlọrun lori gbogbo awọn ọta olori kunkun, ni orukọ Jesu.

59. Mo pe ina idajọ Ọlọrun s'ori ọta alagidi ati alaironupiwada, ni orukọ Jesu.

60. Jẹ ki ẹgba alaironupiwada ti ntakoni di pupọ si , ni orukọ Jesu.

61. Jẹ ki awọn angẹli ologun Ọlọrun pa gbogbo awọn ajẹ ti o kọ lati ronupiwada, ni orukọ Jesu.

62. Gbogbo agbara ti njẹ awọn eniyan Ọlọrun, gba itiju, ni orukọ Jesu.

63. Gbogbo atẹleni alagidi ti okunkun, sọkalẹ sinu ọgbun, ni orukọ Jesu.

ÌPELE KARUN ỌJỌ KẸRIN (20-09-2016)

Bibeli Kika: I Samueli 2

Ijẹwọ: Numeri 23:19: Ọlọrun ki iṣẹ eniyan ti yio fi ṣẹkẹ: bẹẹni ki iṣẹ ọmọ eniyan ti yio fi ronupiwada: a ma wi, ki o ma si ṣe bi? tabi a ma sọrọ ki o má mu un ṣe?

Orin iyin

Awọn orin iyin ati idupẹ

Adura Iyin ati Idupẹ

64. Ika idile, gbọran si idajọ Ọlọrun ki o si sọkalẹ lọ sinu ọgbun, ni orukọ Jesu.

65. Mo pa gbogbo oorun, ijẹra, ile iwosan ati iku ti satani run, ni orukọ Jesu.

66. Gbogbo alufa satani ti nṣe ayidayida ayanmọ mi, gba itiju, ni orukọ Jesu.

67. Mo rọ ọ loye gbogbo awọn ọmọ alade ti eniyan ati ti satani ti wọn yan lati fi mi sinu ahamọ, ni orukọ Jesu.

68. Baba mi, O ti su mi ki won ma dukoko mọ mi, dide ki o ja fun mi, ni orukọ Jesu.

69. O ti su mi ki wọn ma dukoko mọ mi, Oluwa, tumisilẹ bayi, ni orukọ Jesu.

70. Ẹyin ọkunrin alagabra ti obiri buburu ati ọkunrin alagbara ti idarogun s'ojukan, ku, ni orukọ Jesu.

71. Ọlọrun awọn ara ati iyanu, dide ki O si rin ninu agbara Rẹ lati ran mi lọwọ, ni orukọ Jesu.

72. Jẹ ki gbogbo ẹmi ti nti iṣoro mi lẹyin di mimu so, ni orukọ Jesu.

73. Mo gba ojurere ti gbese ti a fagile, ni orukọ Jesu.

74. Ẹyin woli satani, ti npe ẹmi mi, gba isinwin, ni orukọ Jesu.

75. Fere satani, ti ndẹruba iṣerere mi, panumọ, ni orukọ Jesu.

76. Gbogbo agbara idokowo tiko lere, ku, ni orukọ Jesu.

77. Ohunkohun ti wọn ba gbin lati pa ayanmọ mi lara, gbina, ni orukọ Jesu.

78. Ọlọrun ara ati iyanu, farahan ninu ipo mi nipa ina, ni orukọ Jesu.

79. Ìka awọn eniyan ika ti ndukoko mọ alaja mi, gbẹ danu, ni orukọ Jesu.

80. Ọlọrun dide, poṣe lori awọn ọta mi, ni orukọ Jesu.

81. Gbogbo agbara mujẹmujẹ ti wọn yan lodi si mi, ku, ni orukọ Jesu.

82. Ara Ọlọrun, dide ki o si fi awọn ọta mi ṣofo, ni orukọ Jesu.

83. Iwọ agbara ọkunrin alagbara ti ndena awọn anfani mi, ku, ni orukọ Jesu.

84. Agbara ibukun ti wọn da duro, ku, ni orukọ Jesu.

ÌPELE KARUN ỌJỌ KARUN (21-09-2016)

Bibeli Kika: I Samueli 2

Ijẹwọ: Numeri 23:19: Ọlọrun ki iṣe eniyan ti yio fi ṣèké: bẹẹni ki iṣe ọmọ eniyan ti yio fi ronupiwada: a ma wi, ki o ma si ṣe bi? tabi a ma sọrọ ki o má mu un ṣẹ?

Orin iyin

Awọn orin iyin ati idupẹ

Adura Iyin ati Idupẹ

85. Gbogbo agbara tio fẹ ki nṣe laala lasan, ku, ni orukọ Jesu.

86. Idokowo mi, dide, fa awọn ere nla mọra, ni orukọ Jesu.

87. Ẹyin angẹli ikọla, ẹ dide ki ẹ si ke awọn ailera ti o so mọ mi danu, ni orukọ Jesu.

88. Agbara alaja, agbara aṣeyọri, agbara ijẹgaba, wa mi ri nipa ina, ni orukọ Jesu.

89. Aye mi, dide, gba ogo rẹ mu, ni orukọ Jesu.

90. Aye mi, fa ojurere ti ko wọ pọ mọra, ni orukọ Jesu.

91. Ina Ẹmi Mimọ, dide, pa awọn iṣoro mi, ni orukọ Jesu.

92. Ina Ẹmi Mimọ, àrá Ẹmi Mimọ, le awọn aleni okunkun mi, ni orukọ Jesu.

93. Ẹyin alejo okunkun, ẹ jade nipa ina, ni orukọ Jesu.

94. Ẹyin ọfa ika ti aṣálẹ̀, jade, ni orukọ Jesu.

95. Gbogbo irugbin ninu agọ ara mi, di fifatu, ni orukọ Jesu.

96. Gbogbo ẹlẹru ibi ninu agọ ara mi, gbe ẹru rẹ, ni orukọ Jesu.

97. Gbogbo ogun inu lodi si awọn alaja mi, ku, ni orukọ Jesu.

98. Gbogbo irugbin aimọ ti okunkun, jade, ni orukọ Jesu.

99. Gbogbo agbara ogun ti nba awọnb alaja mi jijakadi, ku, ni orukọ Jesu.

100. Ẹyin ọfa ajẹ onilara, jade bayi, ni orukọ Jesu.

101. Mo gba awọn aṣọ mi kuro lọwọ ayidayida iṣe ajẹ, ni orukọ Jesu.

102. Ifororoyan lati gbadura ti yoo gba ati lati di alabukun fun, ba lori aye mi, ni orukọ Jesu.

103. Gbogbo agbara igbeyawo aimọ ti ẹmi, ku, ni orukọ Jesu.

104. Gbogbo agbara ogun ti o nṣiṣe lodi si ayanmọ mi , ku, ni orukọ Jesu.

105. Ina Ọlọrun, ya mi kuro ninu okunkun ajogunba, ni orukọ Jesu.

ÌPELE KARUN ỌJỌ KẸFA (22-09-2016)

Bibeli Kika: I Samueli 2

Ijẹwọ: Numeri 23:19: Ọlọrun ki iṣe eniyan ti yio fi ṣèké: bẹ́ẹ̀ni ki iṣe ọmọ eniyan ti yio fi ronupiwada: a ma wi, ki o ma si ṣe bi? tabi a ma sọ̀rọ̀ ki o má mu un ṣẹ?

Orin iyin

Awọn orin iyin ati idupẹ

Adura Iyin ati Idupẹ

106. Iparun ojiji, de ba gbogbo agbara ti ndena awọn alaja mi, ni orukọ Jesu.

107. Aye mi, di aake ogun ti iparun lọwọ Oluwa lodi si okunkun, ni orukọ Jesu.

108. Gbogbo awọn ala ati iran ti nmu iṣe iyanu yabara, ku, ni orukọ Jesu.

109. Aja ọrun bẹ gbogbo ilọpo awọn ọkunrin alagbara wo, ni orukọ Jesu.

110. Gbogbo aṣọ okunkun ninu aye mi, jona, ni orukọ Jesu.

111. Gbogbo irunu awọn abanijẹ, maa ku, ni orukọ Jesu.

112. Ẹmi Mimọ, so mi pọmọ awọn ami ati ara, ni orukọ Jesu.

113. Ẹyin egungun okunkun, ku, ni orukọ Jesu.

114. Gbogbo agboorun okunkun, maa jona, ni orukọ Jesu.

115. Gbogbo agbara ti npe mi fun ibi, ẹ dahun ipe yin, ni orukọ Jesu.

116. Mo tẹ gbogbo agbara oogun ti wọn ṣe lodi si mi mọlẹ, ni orukọ Jesu.

117. Gbogbo agbara ibintin, ku nipa ina, ni orukọ Jesu.

118. Ajẹ agbegbe, tuka, ni orukọ Jesu.

119. Gbogbo agbara "o fẹrẹ de 'bẹ", tu mi silẹ, ni orukọ Jesu.

120. Ina Ẹmi Mimọ, dide nitori ọrọ mi, ni orukọ Jesu.

121. Gbogbo egun oṣi ti irandiran, fọ, ni orukọ Jesu.

122. Gbogbo ibintin ti okunkun gbe le awọn alaja mi, fọ, ni orukọ Jesu.

123. Gbogbo ogiri ti wọn mọ lodi si iṣerere mi, wo lulẹ, ni orukọ Jesu.

124. Gbogbo agbara ti wọn tu silẹ lati ọrun apaadi lati mu ijakulẹ de ba mi, ma ṣofo, ni orukọ Jesu.

125. Oluwa, ṣi awọn ilẹkun titun fun igbega ati ojurere silẹ fun mi, ni orukọ Jesu.

126. Mo ya ara mi kuro ninu igi iyowu ti nhu lodi si mi, ni orukọ Jesu.

ÌPELE KARUN ỌJỌ KEJE (23-09-2016)
Bibeli Kika: I Samueli 2
Ijẹwọ: Numeri 23:19: Ọlọrun ki iṣe eniyan ti yio fi ṣèké: bẹẹni ki iṣe ọmọ eniyan ti yio fi ronupiwada: a ma wi, ki o ma si ṣe bi? tabi a ma sọrọ ki o má mu un ṣe?
Orin iyin
Awọn orin iyin ati idupẹ
Adura Iyin ati Idupẹ

127. Oluwa ran mi gẹgẹ bii Ọlọrun lati pa Farao mi run, ni orukọ Jesu.

128. Jẹ ki awọn adura mi tẹ gbogbo asopọ ajẹ ti ile Baba mi mọ lẹ, ni orukọ Jesu.

129. Ọlọrun, tun eto Rẹ to ti o ba yẹ lati fun mi ni aṣeyọri ti ko wọ pọ, ni orukọ Jesu.

130. Ayanmọ mi ti njoko lẹba ọna, dide ki o si wọ inu ọna giga lọ, ni orukọ Jesu.

131. Gbogbo ọgbun Josẹfu iyowu, ti nbintin itẹsiwaju mi, tu mi silẹ, ni orukọ Jesu.

132. Gbogbo ọgbun ti o ti rẹ aye mi silẹ, Ọlọrun dide ki O si fa mi jade, ni orukọ Jesu.

133. Ẹyin adura mi, ẹ yi ipa ọna Jesu pada, ni orukọ Jesu.

134. Gbogbo dragoni ti ngbe inu okun lodi si mi, ku, ni orukọ Jesu.

135. Ina Ọlọrun, gbe gbogbo okunkun aye mi min, ni orukọ Jesu.

136. Gbogbo irugbin okunkun ninu aye mi, nipa agbara Ọlọrun, ku, ni orukọ Jesu.

137. Oluwa tun pẹpẹ rẹ mọ ninu agọ ara mi, ni orukọ Jesu.

138. Jẹ ki wọn da ogo mi ti o ti sọnu pada, ni orukọ Jesu.

139. Ohun ti ọta wipe n ki yo da, emi yoo ri ṣe, ni orukọ Jesu.

140. Oluwa, wọn omi iye Rẹ sori mi, ni orukọ Jesu.

141. Baba mi, pa iji mi lẹnu mọ, ni orukọ Jesu.

142. Agbara Ọlọrun, yọ gbogbo ifarahan okunkun layika mi danu, ni orukọ Jesu.

143. Gbogbo ikaraun iponju, fọ danu, ni orukọ Jesu.

144. Gbogbo afẹfẹ odi layika mi, tuka, ni orukọ Jesu.

145. Mo rin kuro ninu ojiji mi wọ inu alaja mi, ni orukọ Jesu.

146. Jẹ ki nrin ni ọna awọn omi iye, ni orukọ Jesu.

147. Oluwa, mo gbẹsẹ le ori oke iranlọwọ Rẹ, ni orukọ Jesu.

ÌPELE KARUN, ỌJỌ KẸJỌ (24-09-2016)

Bibeli Kika: I Samueli 2

Ijẹwọ: Numeri 23:19: Ọlọrun ki iṣe eniyan ti yio fi ṣèké: bẹ̀ẹ̀ni ki iṣe ọmọ eniyan ti yio fi ronupiwada: a ma wi, ki o ma si ṣe bi? tabi a ma sòrò ki o má mu un ṣẹ?

Orin iyin

Awọn orin iyin ati idupẹ

Adura Iyin ati Idupẹ

148. Gbogbo ọwọ ibi ti wọn na si mi, gbẹ danu, ni orukọ Jesu.

149. Ẹyin angẹli awọn alaja, ẹ yi mi kakiri, ni orukọ Jesu.

150. Gbogbo ilẹkun irin ti ẹmi omi, ti wọn fi si ipo lati ma damu ayanmọ mi, gba ina, ni orukọ Jesu.

151. Gbogbo eto ika fun aye mi, mo gbe ọ sin looyẹ, ni orukọ Jesu.

152. Ẹjẹ mi, pa gbogbo arun ti o dojukọ ọ, ni orukọ Jesu.

153. Mo gba aisiki mi kuro ninu ago awọn oniṣowo ti ẹmi pada, ni orukọ Jesu.

154. Gbogbo odo ni ibi ti a ti bi mi, jọwọ aisiki mi, ni orukọ Jesu.

155. Mo paṣẹ ogun abẹle ni ago awọn ọta olori kunkun, ni orukọ Jesu.

156. Iwọ ẹmi ọmọ alade afẹfẹ, Mo le ọ jade kuro ninu itẹsiwaju mi, ni orukọ Jesu.

157. Gbogbo okunkun ninu mi, poora, ni orukọ Jesu.

158. Gbogbo majele ti wọn ṣeto sinu ago ara mi, jade bayi, ni orukọ Jesu.

159. Mo korira ohun gbogbo ti Ọlọrun korira, ni orukọ Jesu.

160. Jẹ ki legioni awọn angẹli ologun ṣigun ti ago awọn ọta mi, ni orukọ Jesu.

161. Oluwa, tu awọn agbara Rẹ silẹ lati ja ogun ti o le nitori mi, ni orukọ Jesu.

162. Mo paṣẹ ogun abẹle sinu ago aw n ọta mi, ni orukọ Jesu.

163. Gbogbo ilẹkun ibi ti o ti ṣi silẹ latari awọn ibapade ibi, maa ti, ni orukọ Jesu.

164. Mo pa a run gbogbo igbamu ọta ti ofin ti lẹyin, ni orukọ Jesu.

165. Mo run, mo si fọ lulu, ori awọn ẹmi ti ejo, ni orukọ Jesu.

166. Oluwa, kọ Jesu ni Oluwa si iwaju si ori awọn ọta mi, ni orukọ Jesu.

167. Ẹyin angẹli Oluwa, ke awọn ẹmi esu olori kunkun si wẹwẹ ki o si tu awọn eeru na ka si ori awọn ilẹ gbigbẹ, ni orukọ Jesu.

168. Mo lo ahọn eniyan ati ti awọn angẹli lati le awọn ẹmi ti ko dara jade, ni orukọ Jesu.

ÌPELE KARUN ỌJỌ KẸSAN (25-09-2016)
Bibeli Kika: I Samueli 2
Ijẹwọ: Numeri 23:19: Ọlọrun ki iṣe eniyan ti yio fi ṣèké: bẹẹni ki iṣe ọmọ eniyan ti yio fi ronupiwada: a ma wi, ki o ma si ṣe bi? tabi a ma sọrọ ki o má mu un ṣe?
Orin iyin
Awọn orin iyin ati idupẹ
Adura Iyin ati Idupẹ

169. Gbogbo iṣe ibi nipa awọn agbara inu awọn ọrun, ma fọ, ni orukọ Jesu.

170. Ẹyin ipa buburu, mo fọ gbogbo iṣe yin ninu aye mi, ni orukọ Jesu.

171. Mo gbe gbogbo iṣọtẹ ti ẹmi, ti ara ati ti ọpọlọ de, ni orukọ Jesu.

172. Nipa agbara alailopin ti mbẹ ninu ẹjẹ Jesu, mo ba gbogbo irubọ satani ti wọn ṣe nitori mi wi, ni orukọ Jesu.

173. Mo ke ara mi danu kuro ninu gbogbo ailera ajogunba, ni orukọ Jesu.

174. Gbogbo oṣi ajogunba ti wọn ti ṣeto silẹ, fọ, ni orukọ Jesu.

175. Gbogbo abojuto satani, ṣubu lulẹ ku, ni orukọ Jesu.

176. Oluwa, bu ramuramu bii kiniun sinu agọ awọn aninilara mi, ni orukọ Jesu.

177. Oluwa, fun awọn angẹli Rẹ ni aṣe ayalu nitori mi, ni orukọ Jesu.

178. Mo wo ibi giga ti satani lulẹ, ni orukọ Jesu.

179. Mo fọ gbogbo eto satani fun aye mi, ni orukọ Jesu.

180. Oluwa, gbe mi ga lọ sinu ile agbara Rẹ, ni orukọ Jesu.

181. Oluwa, mo f'ọwọkan Ọ loni, tu agbara Rẹ sori aye mi, ni orukọ Jesu.

182. Lasaru mi, di alaaye, ni orukọ Jesu.

183. Nibi ti ọta ti nri ọwọ mu, farahan, ni orukọ Jesu.

184. Mo gba iṣẹ iyanu onilọpo pupọ, ni orukọ Jesu.

185. Mo gba iṣẹ lọwọ gbogbo ẹnubode satani ti wọn yan lodi si aṣeyọri, ni orukọ Jesu.

186. Mo sọ gbogbo idabu ọta di ohun ti ofin ko ti lẹyin, ni orukọ Jesu.

187. Ọlọrun, ya awọn ọta mi lẹnu, ni orukọ Jesu.

188. Jẹ ki pẹpẹ rẹ ṣe ojurere si mi, ni orukọ Jesu.

189. Mo fagile gbogbo iṣẹ agbaṣe buburu si alaja mi, ni orukọ Jesu.

ÌPELE KARUN ỌJỌ KẸWA (26-09-2016)
Bibeli Kika: I Samueli 2
Ijẹwọ: Numeri 23:19: Ọlọrun ki iṣe eniyan ti yio fi ṣèké: béẹni ki iṣe ọmọ eniyan ti yio fi ronupiwada: a ma wi, ki o ma si ṣe bi? tabi a ma sọrọ ki o má mu un ṣe?
Orin iyin
Awọn orin iyin ati idupẹ
Adura Iyin ati Idupẹ

190. Gbogbo ọkọ buburu ti nkọlu awọn idahunsi awọn adura mi, jona, ni orukọ Jesu.

191. Mo mi gbogbo ibukojo okunkun ninu awọn ọrun danu, ni orukọ Jesu.

192. Mo ba gbogbo itẹsiwaju ibi ti ijọba awọn eniyan lori owo ati ohun ini mi wi, ni orukọ Jesu.

193. Ẹnikẹni ti o ba ti lo ekuru lodi si mi, mo ba itẹsiwaju ijọba rẹ wi, ni orukọ Jesu.

194. Gbogbo oṣo ni ibi iṣẹ/owo mi, mo kọ oju ogun si ọ, ni orukọ Jesu.

195. Ko si ajẹ tabi oṣo ti yoo ṣerere ni ibi iṣẹ/owo mi, ni orukọ Jesu.

196. Gbogbo emi ajinigbe, mo ba o wi nipa ara, ni oruko Jesu.

197. Mo paare mo si kede ifarapa nla sori awon aje ati oso ti won yan lati damu aye mi, ni oruko Jesu.

198. Je ki ibanuje awon ti ndana ajeji lodi si mi di pupo, ni oruko Jesu.

199. Je ki oru gbe eru ati ibinu dide lodi si awon ota ayanmo mi, ni oruko Jesu.

200. Je ki awon iji kora jopo lodi si awon ota mi, ni oruko Jesu.

201. Je ki awon adura mi di irokeke ile ki o si ya lu ago awon ota mi, ni oruko Jesu.

202. Oluwa, ko awon ofa jo lodi si awon ota mi ni asale yi, ni oruko Jesu.

203. Oluwa, ko awon iji ti nfo awon ajaga jo si ojurere mi, ni oruko Jesu.

204. Je ki awon iji orun ko ra jopo lodi si aisan mi, ni oruko Jesu.

205. Je ki awon iji orun ko ra jopo lodi si awon isote buburu si mi, ni oruko Jesu.

206. Je ki awon iji le gbogbo awon ti nsote fun iresile mi, ni oruko Jesu.

207. Olorun dide, ki o si je ki awon ota mi ma ba ara won ja, ni oruko Jesu.

208. Lati oni lo, gbogbo oluse aje ti ko ronupiwada yoo ku, ni oruko Jesu.

209. Je ki ooru ko ipa re jo po lodi si awon ota mi, ni oruko Jesu.

210. Awon ota mi yoo ko jo, a o si gba gbogbo ola re fun mi, ni oruko Jesu.

IPELE KARUN – IJEWO

Olorun ki i se eniyan ti yoo puro, tabi omo eniyan ti yoo yi oro enu re pada. Gbogbo ileri Olorun fun aye mi yoo wa si imuse ni dandan, ni oruko Jesu. Oluwa yoo je ki oju Re mole si mi lara nigba gbogbo, yoo si se ojurere si mi. Imole Re yoo tan si ona mi, ojurere Re yoo si yi mi ka ni gbogbo ojo aye mi.

E ko ara yin jo po, eyin eniyan, a o si fo yin tutu, e teti gbo gbogbo eyin ara ilu ti o jina rere; e di amure yin, a o si fo yin si wewe. E gbimo po, yoo si di asan; e so oro naa, ki yoo si duro; nitori ti Olorun wa pelu mi. Nigba ti mo ba ke pe oruko Oluwa, yoo na owo nla Re jade, a si gbe mi soke ga ju gbogbo awon ota mi lo, a si gba mi kuro lowo gbogbo won , ni oruko Jesu.

ISO ORU TI IPELE YI

(A o ma gba awon adura wonyi laari ago mejila oru si ago meji)

ORIN FUN ISO ORU

1. Ilekun iyowu ti mo ti si sile fun aje ni agbebe iyowu ninu aye mi, ti pa nipa eje Jesu.

2. Mo fagile gbogbo idajo aje lori igbe aye igbeyawo mi, ni oruko Jesu.

3. Mo ran idarudapo sinu ago aje idile, ni oruko Jesu.

4. Aje olori-kunkun, jowo mi, ni oruko Jesu.

5. Gbogbo agbara aje ti nsise lodi si ayanmo mi, subu lule ku, ni oruko Jesu.

6. Mo pa a run, gbogbo adehun ti won da ni ajo aje ati ni awon gbagede satani lodi si mi, ni oruko Jesu.

7. Gbogbo asiri ikoko, iwe akosile buburu ati akojopo iwe ota ni ibi ti won ti bi mi lomo, yangbe, ni oruko Jesu.

8. Gbogbo ojise iku ti won gbin sinu ago ara mi, jade ki o si ku, ni oruko Jesu.

9. Gbogbo oro odi ti awon eniyan buburu ti so lodi si mi, ku, ni oruko Jesu.

10. Gbogbo iwe eri iku aitojo ti won ko lodi si aye mi, gbana, ni oruko Jesu.

11. Gbogbo ogede, etutu ati agbara aje lodi si ayanmo mi, subu lule ku, ni oruko Jesu.

12. Mo fo agbara ti emi okunkun, aje ati emi emere lori aye mi, ni oruko Jesu.

13. Itako aje, gba ojo iponju, ni oruko Jesu.

14. Mo fagile gbogbo idajo aje lodi si aye mi, ni oruko Jesu.

15. Mo pase ki gbogbo ofa aje ninu aye mi: jade pelu gbogbo gbongbo re, ni oruko Jesu! (Gbe owo re le ikun re ki o si gbadura kikan-kikan).

16. Olorun dide, ki O si da egbin ini rira sori awon aje ati oso, ki o si fi won se iran wo, ni oruko Jesu.

17. Ki tabili awọn oṣo ati ajẹ di ikẹkun fun wọn, ni orukọ Jesu.

18. Gbogbo ẹnubode iku ti wọn yan lati gbe mi min, gbe ẹni ti o ni ọ min, ni orukọ Jesu.

19. Gbogbo akọsilẹ buburu, iwe ẹri igbeyawo buburu ati iwe akọsilẹ buburu ti wọn fi pamọ ni ile ẹru satani lodi si mi, parẹ nipa ẹjẹ Jesu.

20. Mo paṣẹ ki gbogbo ikoko ajẹ ti nlo ẹrọ idari lodi si ilera mi, fọ si wẹwẹ, ni orukọ Jesu.

21. Mo fagile eedi ikoko ajẹ iyowu kuro ni ọrùn mi, ni orukọ Jesu.

ÌPELE KẸFA – LÁTI INÚ ÌDOJÚKỌ SÍ ÀNFÀNÍ ÀTI ÀWỌN ILẸ̀KÙN TÓ ṢÍ

IPELE KẸFA ỌJỌ KINI (27-09-2016)

ẸSẸ ÀYỌKÀ: JÒHÁNÙ 9

ÌJẸ́WỌ́: ONÍWÀÁSÙ 3:14: Emi mọ̀ pe ohunkohun ti Ọlọrun ṣe yio wà lailai: a ko le fi ohun kan kún un, béẹ̀li a ko le mu ohun kan kuro ninu rẹ̀: Ọlọrun si ṣe eyi ki eniyan ki o le ma bẹru rẹ̀.

Orin iyin

Awọn orin iyin ati idupẹ

Adura Iyin ati Idupẹ

1. ohun-elo yòówù ti ọta mi fi n ṣe agbara, ṣe lodì sí i, ní orúkọ Jésù.

2. Mo kọ̀ láti ṣe lòdì sí àyànmọ́ mi àtòkewá, ní orúkọ Jésù.

3. Àyíká mi, kọ̀ láti siṣẹ́pọ̀ pẹlú àwọn aréde-òru, ní orúkọ Jésù

4. Jẹ́ kí ìhámọ́ra àti àbò orí àwọn ọ̀tá gbẹ dànù, ní orúkọ Jesu.

5. Mo gba májẹ̀mú ẹmí gígùn láti wà láàyè ju àwọn ọ̀tá mi lọ, ní orúkọ Jésù.

6. Mo gba agbára láti ọrun wá láti jọba lórí àwọn ọ̀tá mi, ní orúkọ Jésù.

7. Olúwa, sìn mí lọ sínú ọrọ̀ ńlá, ní orúkọ Jésù.

8. Mo fọ́ gbogbo ìdúkokò ọ̀tá, ní orúkọ Jésù.

9. Gbogbo pẹpẹ tó ń mú ìṣòro wà láàyè nínú ayé mi, mo fi ọ́ ré, ní orúkọ Jésù.

10. Mo mú ìdahoro kúrò nínú ayé mi, ní orúkọ Jésù.

11. Mo nu ìse Pataki ọ̀tá mi kúrò, ni orúkọ̀ Jésù.

12. Olúwa, Jẹ́ kí awọn áńgẹ́lì bínú sí àwọn olùṣe-búburú, ní orúkọ Jésù.

13. Ayé mi ò ní mú ìfẹ̀ Sàtánì ṣe, ní orúkọ Jésù.

14. Gbogbo ìfisùn lórí ìpìlẹ̀ṣẹ̀ mi, máa yọ dànù nípa iná, ní orúkọ Jésù.

15. Jẹ́ kí ẹjẹ Jésu wẹ gbogbo àwọn ẹsùn búburú kúrò lára mi, ní orúkọ Jésù.

16. Jẹ́ kí òpópónà mi ṣe lòdì sí àwọn aninilára, ní orúkọ̀ Jésù.

17. Awọn ẹnu-ọ̀nà rere tí ó tì lòdì sí mi, ṣí nípa iná, ní orúkọ Jésu.

18. Àwọn àjàgà tó ń fà mí séyìn, fọ́, ní orúkọ Jésù.

19. Ìtàn mí gbọ́dọ̀ yí padà sí ògo, ní orúkọ Jésù.

20. Ọlọ́run, dìde kí o sì nu omijé mi nù pátápátá, ní orúko Jésù.

21. Bí n ó bá sunkun, yóò jẹ́ ẹkún ayọ̀, ní orúko Jésù.

ÌPELE KẸFÀ, ỌJỌ KEJÌ (28-09-2016)
ẸSẸ ÀYỌKÀ: JÒHÁNÙ 9
ÌJẸ́WỌ́: ONÍWÀÁSÙ 3:14: Emi mọ̀ pe ohunkohun ti Ọlọrun ṣe yio wà lailai: a ko le fi ohun kan kún un, bẹ́ẹ̀li a ko le mu ohun kan kuro ninu rẹ̀: Ọlọrun si ṣe eyi ki eniyan ki o le ma bẹru rẹ̀.
Orin iyin
Awọn orin iyin ati idupẹ
Adura Iyin ati Idupẹ

22. AṢỌ ibora satani tó n bo ogo mi mólẹ̀ gbiná, ní orúkọ Jésù.

23. Gbogbo agbara ti o korajọpọ láti dojuti mi, mo tu yín ka sinú ìyẹ̀fun, ní orúkọ Jésù.

24. Mo fa awọn ìdíwọ sí àyànmọ́ mi tu, ni orúkọ Jésù.

25. Ọlọrun, dìde kí o se ohun tí yóò jẹ́ kí àwọn ènìyan kíyèsí rẹ nínú ayé mi, ní orúkọ Jésù.

26. Ègun kí a fi ojú rí ohunrere ṣùgbọ́n kí ọwọ́ ẹni má bà á, pẹhìndà, ní orúkọ Jésù.

27. Ago àlàjá mi, kún akúnwọsílẹ̀, ní orúkọ Jésù.

28. Ìpín mi àtòkèwà kò ní tàsé mi, ní orúkọ Jesu.

29. Ìpèsè mi àtòkèwá, wá mi rí, ní orúkọ Jésù.

30. Gbogbo àpèlé ibi tí wọ́n yàn mọ́ ayé mi, ẹjẹ Jésù, wẹ́ ẹ dànù, ní orúkọ Jésù.

31. Èmi yóò gba àbájáde àwọn èsi tó lárinrin, ní orúkọ Jésù.

32. Ọdún yìí, emi yóò wà fún iṣẹ́ àmì àti ìyanu, ní orúkọ Jésù.

33. Ọdún yìí, n ó sọ̀rọ̀ níwọ̀n, n ó sì jẹ́rìí púpọ̀, ní orúkọ Jésù.

34. Ọdún yìí, èmi yóò tọ́ agbára Ọlọ́run tó lẹ́rù wò ní gbogbo ìhà ayé mi, ní orúkọ Jésù.

35. Yóò jẹ́ ọdún tí n ó rẹ́rìn-ín olúbori tí n ó sì jó ijó ìṣẹ́gun, ní orúkọ Jésù.

36. Ọlọrun tó mú kí Ábúrámù jẹ́rìí yóò pa awọn ẹ̀rín mi mọ́, ní orúkọ Jésù.

37. Olúwa tó pòkìkì Dáníẹ́lì, yóò pa òkìkí mi mọ́, ní orúkọ Jésù.

38. Ọlọrun tó run aṣọ ìtìjú tí a yàn mọ́ Bátílómeu afójú, yóò pa òkìkí mi mọ́, ní orúkọ Jésù.

39. Olúwa, sọ ìtìjú di àjèjì nínú ayé mi nínú ọdún yìí, ní orúkọ Jésù.

40. Ní ọdún yìí, n ó rín ẹ̀rín olúbori àti aṣẹ́gun, ní orúkọ Jésù.

41. Ẹ̀rí mi yóò lágbára, nítorí pé kò ní ṣe é fẹnuṣọ, ní orúkọ Jésù.

42. Ọdún mi nìyí nípa agbára tí ń bẹ nínú èjẹ Jésù, ní orúkọ Jésù.

ÌPELE KẸFÀ, ỌJỌ́ KẸTA (29-09-2016)

ẸSẸ ÀYỌKÀ: JÒHÁNÙ 9

ÌJẸ́WÓ: ONÍWÀÁSÙ 3:14: Emi mọ̀ pe ohunkohun ti Ọlọrun ṣe yio wà lailai: a ko le fi ohun kan kún un, bẹ́ẹ̀li a ko le mu ohun kan kuro ninu rẹ̀: Ọlọrun si ṣe eyi ki eniyan ki o le ma bẹru rẹ̀.

Orin iyin

Awọn orin iyin ati idupẹ

Adura Iyin ati Idupẹ

43. Nípa agbára tó ń bẹ nínú èjẹ Jésù, n ó kọrin mi n ó sì jó ijó mi, ní orúkọ Jésù.

44. N ó ní ànító àti àníṣẹ́kù ní ọdún 2016, n ò ní ṣe aláìní, ní orúkọ Jésù.

45. Mo kéde wí pé àkókò àlàjá tí ko wọpọ̀ mi ti de, ní orúkọ Jésù.

46. Ọ̀nà mi kì yóò dúró tiiri nínú ọdún yìí, ní roúkọ Jésù.

47. Èmi yóò kọrin tuntun, n ó sì jó ijó tuntun, ní orúkọ Jésù.

48. Ní ọdún yìí, ohun tí ò wọ́pọ̀ àti ohun tí kìí fi ìgbàgbogbo ṣẹlẹ yóò jẹ́ ẹrí mi, ní orúkọ Jésù.

49. Ní ọdún yìí, èmí yóò lépa, n ó bá a, n ó sì gbà gbogbo rẹ̀ padà, ni orúkọ Jésù.

50. Ní ọdún yìí, Jèhófà yóò dìde nínú ìbínú rẹ̀, yóò sì jà fún mi, ní orúkọ Jésù.

51. Nípa ore-ọfẹ́ Ọlọrún, a kì yóò gé ìrètí mi dànù, ní orúkọ Jésù.

52. Olúwa yóò fi ẹ̀jẹ̀ Jésù dáàbobò mi nínú ọdún yìí, ní orúkọ Jésù.

53. Èmi yóò tẹ̀ gbogbo ejò àìní mọ́lẹ̀ nínú ọdún yìí, ní orúkọ Jésù.

54. Agbára yòówù tí wọ́n yàn láti pa mí ní ọdún yìí, yóò pa ara rẹ̀, ní orúkọ Jésù.

55. Ní ọdún yìí, ẹnikẹni kì yóò wí fún mi pe: má bìínú, padà wá nígbà mìíràn, ní orúkọ Jésù.

56. Èmi yóò jẹ́ ẹyẹ idì Ọlọ́run nínú ọdún yìí, ní orúkọ Jesu.

57. Olúwa yóò fọ́ agbegbe mi mọ́ fún ìjẹgàba aṣeyọrí nínú ọdún yìí, ní orúko Jésù.

58. Èmi kì yóò wọ ẹ̀wù ìbànùjẹ́ nínú ọdún yìí, ní orúkọ Jésù.

59. Ní ọdún yìí, agbára yòówù tó rin ìrìnàjọ ikà láti fi ẹ̀mí mi ṣòfò kì yóò dé mọ́, ní orúkọ Jésù.

60. Ọdún yìí yóò jẹ́ ọdún àyípadà àyànmọ́ mi ní pàtó àti àyípadà rere, ní orúkọ Jésù.

61. Ní ọdún yìí, agbára ikà tó ń fẹ́ láti fi àyànmọ́ mi ṣere, yóò parẹ, ní orúkọ Jésù.

62. Ní ọdún yìí, n ó di ògágún, n ò sì ní jẹ́ olùfarapa, ní orúkọ Jésù.

63. Ọdún yìí yóò jẹ́ ọdún àjọyọ̀ ní ìlọpo pupọ àti àwọn ifarahàn tó dájú, ní orúkọ Jésù.

ÌPELE KẸFÀ, ỌJỌ́ KẸRIN (30-09-2016)
ẸSẸ ÀYỌKÀ: JÒHÁNÙ 9
ÌJẸ́WỌ́: ONÍWÀÁSÙ 3:14: Emi mọ̀ pe ohunkohun ti Ọlọrun ṣe yio wà lailai: a ko le fi ohun kan kún un, bẹ̀ẹ̀li a ko le mu ohun kan kuro ninu rẹ̀: Ọlọrun si ṣe eyi ki eniyan ki o le ma bẹru rẹ̀.
Orin iyin
Awọn orin iyin ati idupẹ
Adura Iyin ati Idupẹ

64. Ní ọdún yìí, làálàá ọtá mi yòówù yóò gba ìkùnà ní ìlọpo méjì, ní orúkọ Jésù.

65. Ko sí ohun kan tí yóò dí ayé mi lọwọ nínú ọdún yìí, ní orúko Jésù.

66. Ní ọdún yìí, Èmí kì yóò dáhùn ìpè àwọn ẹmí búburú, ní orúko Jésù.

67. Ní ọdún yìí, Olúwa ṣe mi ní ẹní tí yóò rí ìyanu tó jú ọgbón ènìyàn lọ gbà, ní oruko Jésù.

68. Ní ọdún yìí, Ọlọrun mi yóò dìde yóò sì dá gbogbo ohun tí mo ti pàdánù padà, ní orúko Jésù.

69. Ìpàdè ibi yòówù tí wọn pè lòdì sí àyànmọ mi nínú ọdún yìí yóò gba ìdàrúdàpọ̀, ní orúko Jésù.

70. Ọlọrun yóò fi kún ìjáfáfá ìlọsíwájú mi nínú ọdún yìí, ní orúko Jésù.

71. Ní ọdún yìí, mo fagilé ikú, mo fagilé ibanujẹ, mo fagilé ikú àìtójó, ní orúko Jésù.

72. Ní ọdún yìí, mi ò gbọdọ̀ kùnà, mi ò ní kùnà, ní orúko Jésù.

73. Bàbá mi, jẹ́ kí ọdún yìí jẹ́ ọdún tí n ó ṣe nǹkan pàtàkì òun ayọ, ní orúko Jésù.

74. Gbogbo ikorajọpọ lòdì sí àyanmọ mi nínú ọdún yìí yóò túká, ní orúko Jésù.

75. Ní ọdún yìí Ọlọrún yóò dìde yóò sì sọ mi di àdìtú àrà, ní orúko Jésù.

76. Ní ọdún yìí, gbogbo ẹnu-ọna àbajade kúrò nínú nǹkàn di ẹnu-ọnà àbáwọlé sínú èyí tó dára jùlọ fúnmi, ní orúko Jésù.

77. Ní ọdún yìí, gbogbo àdánù yóò di èrè funmi, ní orúko Jésù.

78. Ohun ti àwọn kan ń pè ní ìṣòro, ní ọdún yìí, yóò di ìgbéga fúnmi, ní orúko Jésù.

79. Agbára yòówù tó lòdì sí iwàláàyè mi ní ọdún yìí, yóò kú bíi ti Hámánì, ní orúko Jésù.

80. Òfin tó ti odi olórí kunkun léyìn, fọ́, ní orúko Jésù.

81. Gbogbo àṣẹ òfin tó ń yọ mí lẹnu, mo pàṣẹ kí o kùnà, ní orúko Jésù.

82. Gbogbo òfin tó lòdì sí ọrọ Ọlọrun, mo pàṣẹ kí o fọ́, ní orúko Jésù.

83. Ìwọ adanilóró, máa wó palẹ̀ nínú ayé mi, ní orúko Jésù.

84. Gbogbo Senakerubu tó lòdì sí mi, ṣubú nípa idà rẹ, ní orúko Jésù.

ẸSẸ ÀYỌKÀ: JÒHÁNÙ 9
ÌJẸ́WỌ́: ONÍWÀÁSÙ 3:14: Emi mọ̀ pe ohunkohun ti Ọlọrun ṣe yio wà lailai: a ko le fi ohun kan kún un, bẹ̀ẹ̀li a ko le mu ohun kan kuro ninu rẹ̀: Ọlọrun si ṣe eyi ki eniyan ki o le ma bẹ̀ru rẹ̀.
Orin iyin
Awọn orin iyin ati idupẹ
Adura Iyin ati Idupẹ

85. Jẹ́ kí iná Ọlọ́run fọhun lórí iná ọ̀tá, kí Ọlọ́run tó ń fi iná dáhùn, Jẹ́ kí í ó jẹ́ Ọlọ́run mi, ní orúkọ Jésù.

86. Jẹ́ kí iná gbé àwọn ọ̀tá mi, ní orúkọ Jésù.

87. Ọlọ́run o, jẹ kí awọn ọdẹ rẹ dojukọ àwọn agbára àjẹ́ nínú ilé bàbá mi, ní orúkọ Jésù.

88. Ọlọ́run, jẹ́ kí àwọn afiniṣòfò yin fi àwọn ọ̀tá mi ṣòfò, ní orúkọ Jésù.

89. Ọlọ́run, ẹ jẹ kí àwọn afiniṣofo yin bá àwọn ajẹnirun mi jà, ní orúkọ Jésù.

90. Ọlọ́run o, jẹ́ kí iná rẹ ṣaaju mi kí ó sì jó àwon tí ń pe ọkan mi níjà, ní orúkọ Jésù.

91. N ó di ìgbéga Ọlọ́run, ní orúkọ Jésù.

92. Jẹ́ kí gbogbo òfin ọrun fú ayé mi gbilẹ̀, ní orúkọ Jésù.

93. Ọlọ́run o, pa ìpin mi mọ́, ní orúkọ Jésù.

94. N ó bórí ní ọjọ́ ìdánwò, ní orúkọ Jésù.

95. Ibi yòówù, tí wọ́n pè lòdì sí mi, pòórá, ní orúkọ Jésù.

96. Ọlọ́run o, jẹ́ kí ògo rẹ fọhùn fún mi lonii, ní orúkọ Jésù.

97. Ibẹru Ọlọ́run mi, bale mi, ni orúkọ Jésù.

98. Mo ni ìka tó ń ni mí lára lára, ní orúkọ Jésù.

99. Ọlọ́run o, tú àwọn angẹli agbára sílẹ̀ fún mi, ní orúkọ Jésù.

100. Jẹ́ kí agbára Ọlọ́run jà fun mi, ní orukọ Jésù.

101. Oluwa o, jẹ́ agbara rẹ fidi igbega mi múlẹ̀, ní orúkọ Jésù.

102. Oluwa o, yí àmì-idanimọ mi padà, ní orúkọ Jésù.

103. Mo pe idajọ Ọlọrun sọkalẹ sorí agbara okunkun gbogbo tí wọn yan láti fi mi dajọ, ní orukọ Jésu.

104. Mo gbé gbogbo agbara idojukọ okunkun ti wọn yan lodi si mi de, ni oruko Jesu.

105. Gbogbo ajaga Sátánì, fọ, ní orukọ Jésù.

ÌPELE KẸFA, ỌJỌ KẸFA (02-10-2016)
ẸSẸ ÀYỌKÀ: JÒHÁNÙ 9
ÌJẸ́WỌ́: ONÍWÀÁSÙ 3:14: Emi mọ̀ pe ohunkohun ti Ọlọrun ṣe yio wà lailai: a ko le fi ohun kan kún un, bẹ́ẹ̀li a ko le mu ohun kan kuro ninu rẹ̀: Ọlọrun si ṣe eyi ki eniyan ki o le ma bẹ̀ru rẹ̀.
Orin iyin
Awọn orin iyin ati idupẹ
Adura Iyin ati Idupẹ

106. Oluwa o, bọwọ fun mi pẹlu ipese atọrun wa, ni orukọ Jesu.

107. Ọlọrun o, dide kí o si tu gbogbo ajẹ ile mi ka, ni orukọ Jesu.

108. Mo ṣe idajọ lodi si iṣẹ wọn, ni orukọ Jesu.

109. Oluwa o, tu ahọn mi silẹ̀ lati ṣerere, ni orukọ Jesu.

110. Ohun rere gbogbo ti mo ba fọwọ kan yoo ṣerere, yoo si di ikore, ni orukọ Jesu.

111. Mo gba amure lati kore awọn ohun rere, ni orukọ Jesu.

112. Oluwa o, ko awọn ipin jọ, ni orukọ Jesu.

113 Jẹ kí pẹpẹ Ọlọrún kí o mi àgọ́ ọta mi, ni orukọ Jésù.

114. Aféfẹ́ o ní ṣèṣì fẹ ìpín dànú, ni orukọ Jésù.

115. Ẹni yoowu tó bá jẹ mi ni nnkan, mo pè wọn kí wọn maa sán padà, ní orúkọ Jesu.

116. Ọlọrún o, ẹ jẹ kí àwọn ìranṣẹ yin bemiwo nile, ni orukọ Jesu.

117. Oluwa o, ẹ jẹ ki njẹ ohun pataki ninu ọrọ ayeraye, ni orukọ Jesu.

118. Oluwa o, ṣe mi ni ohun-elo tó wúlò, ni orúkọ Jesu.

119. Oluwa o, jẹ ki àwọn ọrọ mi kún fún iná atokewa, ni orukọ Jesu.

120. Oluwa o, gba ipò rẹ gẹgẹ bi Oluwa ninu aye mi, ni orukọ Jesu.

121. Oluwa, ran iranlọwọ si mi lati òkè wá, ni orukọ Jesu.

122. Alufaa ati Ajihinrere Satani, ṣubu ki o si kú, ni orukọ Jesu.

123. Mo dá gbogbo ogede aninilara to n ṣiṣẹ ni ayika mi duro lẹnu iṣẹ, ni orukọ Jesu.

124. Awọn ti n gbe ayanmọ mì, ẹ pọ ayanmọ mi, ni orukọ Jesu.

125. Ibeji ọkunrin yoowu, to n gba awọn ibukun mi ninu ẹmi, jọwọ rẹ, ni orukọ Jesu.

126. Mo gba ọkọ̀ ayanmọ mi ti wọn ti ji lọ padà, ni orukọ Jesu.

ÌPELE KẸFÀ, ỌJỌ́ KEJE (03-10-2016)
ẸSẸ ÀYỌKÀ: JÒHÁNÙ 9
ÌJẸ́WỌ́: ONÍWÀÁSÙ 3:14: Emi mọ̀ pe ohunkohun ti Ọlọrun ṣe yio wà lailai: a ko le fi ohun kan kún un, bẹ̀ẹ̀li a ko le mu ohun kan kuro ninu rẹ̀: Ọlọrun si ṣe eyi ki eniyan ki o le ma bẹru rẹ̀.
Orin iyin
Awọn orin iyin ati idupẹ
Adura Iyin ati Idupẹ

127. Oluwa, mo gbọdọ fọwọkan iṣẹti aṣọ rẹ loni, ni orukọ Jesu.

128. Ẹyin Ọrun o, iwọ ilẹ̀, pọ gbogbo ibọde to lodi si mi, ni orukọ Jesu.

129. Gbogbo ìpejọ okunkun lodi si ayanmọ mi, túká, ni orukọ Jesu.

130. Gbogbo lẹ́tà satani, pẹhinda sọdọ oniṣẹ rẹ, ni orukọ Jesu.

131. Mo kéde ogun lodi si àwọn aléni olórí kunkun, ni orukọ Jesu.

132. Ohun yoowu ti wọn gbin sinu mi, latọwọ ẹrọ idari ibi ti okunkun, jade nisinsinyi, ni orukọ Jesu.

133. Ẹyin ọfa ika to farasin, ẹ jade nisinsinyi, ni orukọ Jesu.

134. Gbogbo igbalẹ ati ikoko okunkun, ti o lodi si aye mi, ẹ maa yangbẹ, ni orukọ Jesu.

135. Jẹ ki awọn ọmọ-ogun ọrun ki wọn gbogun ti aninilara mi, ni orukọ Jesu.

136. Mo gbọn dànù gbogbo isopọ airi, ni orukọ Jesu.

137. Awọn posi okunkun, gbe onṣẹ rẹ mi, ni orukọ Jesu.

138. Mo ran ọfà okunkun biribiri si àgọ́ àwọn ọtá mi, ni orukọ Jesu.

139. Ọrun-apaadi, pọ gbogbo ohun ti o ti ji lọwọ mi, ni orukọ Jesu.

140. Mo gbe e de, mo si le e jade, awọn agbara to n ṣakoso idojukọ ati irora ni gbogbo igba, ni orukọ Jesu.

141. Oluwa, sọ awọn ẹru satani kalẹ nipa ina, ni orukọ Jesu.

142. Gbogbo iwe-ẹri oni-nnkan ti satani, maa jona, ni orukọ Jesu.

143. Gbogbo ipá mi ti wọn ti gbe sin, jade wa, ni orukọ Jesu.

144. Jẹ ki gbogbop ajaga lori aye mi, maa fọ, ni orukọ Jesu.

145. Jẹ ki Ọlọrun tun aye mi ṣe, ni orukọ Jesu.

146. Ẹmi iku ò ní borí mi, ni orukọ Jesu.

147. Jẹ́ ki awọn ọrun fọ ajaga mi, ni orukọ Jesu.

ÌPELE KẸFÀ, ỌJỌ́ KẸJỌ (04-10-2016)
ẸSẸ ÀYỌKÀ: JÒHÁNÙ 9
ÌJẸ́WỌ́: ONÍWÀÁSÙ 3:14: Emi mọ̀ pe ohunkohun ti Ọlọrun ṣe yio wà lailai: a ko le fi ohun kan kún un, bẹ́ẹ̀li a ko le mu ohun kan kuro ninu rẹ̀: Ọlọrun si ṣe eyi ki eniyan ki o le ma bẹ̀ru rẹ̀.
Orin iyin
Awọn orin iyin ati idupẹ
Adura Iyin ati Idupẹ

148. Ẹyin ẹmi-okunkun ilé baba mi, mo dojuti idojukọ yin nipa ẹjẹ Jesu, ni orukọ Jesu.

149. Ìwọ ilẹ, pọ gbogbo iṣe ika to lodi si mi, ni orukọ Jesu.

150. Mo ba ohun-elo ibanisọrọ okunkun ti wọn n lo lodi si aye mi jẹ, ni orukọ Jesu.

151. Jẹ́ kí àwọn ìpín mi wá láti ọrun, ní orukọ Jesu.

152. Oluwa o, ṣaanu fun ọkan mi, ni orukọ Jesu.

153. Àwọn èwù ajeji t'ẹmí, bọ kúro lára mi, ni orukọ Jesu.

154. Iwọ ìpọnjú adaniloro, Oluwa ba ọ wi, ni roukọ Jesu.

155. Bí i itanṣan oorun, Ọlọrun ara, dide ninu aye mi, ni orukọ Jesu.

156. Ògo idide mi ki yoo díkùn, ni orukọ Jesu.

157. Agbára Ọlọrun, jó gbogbo ìdènà sí àlàjá mi, ni orukọ Jesu.

158. Àwọn àjàgà olori-kunkun, tí wọn yan ti aye mi, ṣubú dànù, ni orukọ Jesu.

159. Àníyàn, tí wọn yàn ti ayé mi, ṣubú dànù, ni orúkọ Jésù.

160. Àwọn ẹrù tí wọn yan ti aye mi, ṣubú dànù, ní orúkọ Jésù.

161. Ìmúpadàbọ̀sípò atokewa, dide ki o wa mi ri, ni orukọ Jesu.

162. Ohun gbogbo ti ọta ti kólọ̀ ninu aye mi, mo gba wọn padà, ni orukọ Jesu.

163. Awọn agbára to wa nídìí ìnira mi, kú, ni orukọ Jesu.

164. Iná lati ẹnu Olúwa wá, jó gbogbo ohun to lodi ni ayika mi, ni orukọ Jesu.

165. Awọn ọfà àmodi, maa fọ́ danu lati inu ẹran-ara mi, ni orukọ Jesu.

166. Awọn agbara asọni-di-ahoro ti wọn yàn lati wa ja mi lólè, kú, ni orukọ Jesu.

167. Awọn òjìjí ibi, pòórá, ní orukọ Jesu.

168. Ìpọ́njú lati ọ̀dọ dágóni, fọ́ dànù, ní orukọ Jesu.

ÌPELE KẸFÀ, ỌJỌ́ KẸSÀN-ÁN (05-10-2016)
ẸSẸ ÀYỌKÀ: JÒHÁNÙ 9
ÌJẸ́WỌ́: ONÍWÀÁSÙ 3:14: Emi mọ̀ pe ohunkohun ti Ọlọrun ṣe yio wà lailai: a ko le fi ohun kan kún un, bẹ́ẹli a ko le mu ohun kan kuro ninu rẹ̀: Ọlọrun si ṣe eyi ki eniyan ki o le ma bẹru rẹ̀.
Orin iyin
Awọn orin iyin ati idupẹ
Adura Iyin ati Idupẹ

169. Jẹ́ kí májẹ̀mú ibi fọ́ kúrò nínú ètò-iṣúná owó mi, ní ourkọ Jesu.

170. Omi ìpọ́njú, gbẹ dànù, ni orukọ Jesu.

171. Jésù Kristì, ọmọ Ọlọrun, wá sínú ẹbí mi, ni orukọ Jesu.

172. Ọlọrun o, pẹlu ọṣẹ-mímọ́ rẹ, yí àyànmọ́ ìdílé mi padà, ní orukọ Jesu.

173. Orísun àìsàn, fọ́, ní orúkọ Jésù.

174. Olúwa o, ru omi mi sinu alaja ti n ṣe ni ni kayefi, ni orukọ Jesu.

175. Oluwa, jẹ ki n ti ẹsẹ̀ bọ inu omi iyè, kí n sì gba ìwosàn, ni orukọ Jesu.

176. Jẹ́ kí ògo Ọlọrun sọ̀kalẹ̀ sí ibùgbé mi, ni orukọ Jesu.

177. Oluwa, fi ìdí abò ẹmí rẹ múlẹ̀ lórí mi, ni orukọ Jesu.

178. Ohun gbogbo to mu ki aye mi gbọgbẹ, maa gba ọgbẹ́, ni orukọ Jesu.

179. Ohun gbogbo to mu irora wá, mo fọ́ ọ dànù, ni orukọ Jesu.

180. Mo pa ajẹnirun lẹnumọ, ni orukọ Jesu.

181. Àyànmọ́ mi, fò jade kuro ninu ìṣàkóso ibi, ni orukọ Jesu.

182. Gbogbo idena tó ń ṣe lodi si mi ninu afẹfẹ, mo le ọ jáde, ni orukọ Jesu.

183. Gbogbo ìdíwọ́ si àwọn alaja mi, pòórá, ni orukọ Jesu.

184. Mo ba ìja sàtánì jẹ́ lori àyànmọ́ mi, ni orukọ Jesu.

185. Ìfàlé àti Ìkìmọ́lẹ̀ ṣátánì, pòórá, ni orukọ Jésù.

186. Ayé mi, gba okun Ọlọrun, ni orukọ Jesu.

187. Ẹyin ìránṣẹ́ ìpọ́njú, ẹ gbé ìpọ́njú yin mì, ni orukọ Jesu.

188. Gbogbo agbára ibi tó ń lọ ìpàdé ojoojúmọ́ nitórí mi, gba ìfọ́jú, ni orukọ Jésù.

189. Mo tú àwọn òkò iná sílẹ̀ sórí gbogbo Gòláyáàtì ilé bàbá mi, ní orukọ Jésù.

ÌPELE KẸFÀ, ỌJỌ́ KẸWÀÁ (06-10-2016)
ẸSẸ ÀYỌKÀ: JÒHÁNÙ 9
ÌJẸ́WỌ́: ONÍWÀÁSÙ 3:14: Emi mọ̀ pe ohunkohun ti Ọlọrun ṣe yio wà lailai: a ko le fi ohun kan kún un, bẹ́ẹ̀li a ko le mu ohun kan kuro ninu rẹ̀: Ọlọrun si ṣe eyi ki eniyan ki o le ma bẹru rẹ̀.
Orin iyin
Awọn orin iyin ati idupẹ
Adura Iyin ati Idupẹ

190. Gbogbo agbara ibi tó ń lọ ipade ojoojumọ nitori mi, mo dè yín mọ́lẹ̀ sí ibi ipade yín, ni orukọ Jesu

191. Ìjákulẹ̀ tó mú ẹyẹ-idì mi balẹ̀, kú, ni orukọ Jesu.

192. Orí mi, ga ju agbara ijakulẹ̀ lọ, ni orukọ Jesu.

193. Ọ̀pá ìbínú Ọlọ́run, dìde lodi si ìyọnu àyànmọ́ mi, ni orukọ Jesu.

194. Ìṣàn irandiran ti ijakulẹ̀ lórí ayé mi, mo da ọ duro, ni orukọ Jesu.

195. Àwọn pẹpẹ ìṣe-ìkà, tó ń fa ìjakulẹ, máa yangbẹ, ni orukọ Jesu.

196. Gbogbo èdá tó ń gba gbese ìrandiran jọ, tó n fipa mu mi láti sanwo ohun ti n kò rà, kú, ni orukọ Jesu.

197. Baba mi, baba mi, baba mi, ròjo rẹ̀ sorí mi, àwọn àlàjá tí ń gbé ijakulẹ̀ mi, ni orukọ Jesu.

198. Gbogbo ibanujẹ, tó ń ko àwọn ohun-ìní mi lójú, jọ́ná di eérú, ní orukọ Jesu.

199. Olùgbẹ̀san ohun àtijọ́, dákẹ́jẹ́, ni orukọ Jesu.

200. Gbogbo ọkàn okúta, tó gbé sókè lodi sí mi, máa túká, ní orukọ Jesu.

201. Gbogbo ìfayà, tí wọ́n yan fún ìṣubú mi, kú, ni orukọ Jesu.

202. Ibẹ̀wò sátánì loju orun tó ti fi ohun-ìní mi ṣofò, kú, ni orukọ Jésù.

203. Gbogbo olujẹ ohunrere ninu ayé mi, kú, ni orukọ Jesu.

204. Ìparun òjijì kì yóò jẹ́ ìpín mi, ni orukọ Jesu.

205. A ki yóò fún ẹlòmíràn ní ìpín mi, ni orukọ Jesu.

206. Gbogbo ọba Usaiah tó ń jókòó sori ìtẹ́ Ọlọ́run nínú ayé mi, kú, ni orukọ Jesu.

207. Àwọn bàta ibi ti àwọn òbí mi kì yóò wọ̀ mí lẹ́sẹ̀, ni orukọ Jesu.

208. Májẹ̀mú ìfọjú ibi yòówù, fọ́, ni orukọ Jesu.

209. Mo fọ́ agbara oṣo tó ń ṣiṣẹ́ lodi sí mi, ni orukọ Jesu.

210. Gbogbo ìgbámú ipá sátánì, fọ́, ni orukọ Jesu.

IPELE KẸFA – IJẸWỌ

Kiyesi, gbogbo awọn ti o ba tan turari lodi si mi yoo gba itiju ati idarudapọ: wọn yoo dabi ohun asan; awọn ti o ba si ba mi ja yoo ṣegbe. Emi yoo wa wọn, emi ki yoo si ri wọn, ani awọn ti nba mi ja. Awọn ti o ba gbogun ti mi yoo dabi ohun asan. Ko si ohun ija ti wọn ṣeto lodi si mi ti yoo ṣerere, gbogbo ahọn ti o ba si dide lodi si mi ti gba idajọ naa, ni orukọ Jesu. Ọmọ awọn ti o pọn mi loju yoo wa tẹriba fun mi; gbogbo awọn ti o ba si kẹgan mi yoo tẹriba labẹ atẹlẹsẹ mi, ni orukọ Jesu.

Nigbati ọta ba ri ẹjẹ naa, wọn yo rekọja; awọn apanirun ko ni le wọle nitori ti ẹjẹ Jesu Kristi, ni orukọ Jesu. Ọmọbinrin ti awọn ti o pọn mi loju yoo wa tẹriba fun mi, gbogbo awọn ti o ba si korira mi yoo tẹriba labẹ atẹlẹsẹ mi.

IṢỌ ORU TI IPELE YI

(A o ma gba awọn adura wọnyi laari ago mejila oru si ago meji)

ORIN FUN IṢỌ ORU

1. Mo fọ gbogbo ikoko ajẹ lori aye mi, ni orukọ Jesu.

2. Gbogbo igbimọ ajẹ ti nṣiṣẹ lodi si mi ki yoo ṣerere, ni orukọ Jesu.

3. Mo tu ara mi ati idile mi silẹ kuro ninu gbogbo ago ati ikoko ajẹ, ni orukọ Jesu.

4. Mo gba iyi mi pada kuro lọwọ ọta idile, ni orukọ Jesu.

5. Ki gbogbo oju ajẹ ti ntọpinpin aye mi ma ṣokunkun, ni orukọ Jesu.

6. Ki ajọ awọn ajẹ di ahoro, ki ẹnikẹni ma ṣe gbe ninu rẹ, ni orukọ Jesu.

7. Gbogbo irugbin iku, ku, ni orukọ Jesu.

8. Gbogbo ọwọ ajẹ ti ngbin irugbin buburu sinu aye mi nipasẹ idojukọ oju ala, rọ danu, ki o si jona di eeru, ni orukọ Jesu.

9. Ki gbogbo agbara ajẹ ti nṣe bi ọrẹ gba itiju ki aṣiri rẹ si tu, ni orukọ Jesu.

10. Oluwa, fi awọn angẹli ologun rẹ yi mi ka, lati wo lulẹ ati lati pa awọn ibi-giga iṣẹ ajẹ atinuwa run, ni orukọ Jesu.

11. Mo lo aṣẹ mi lori iṣẹ ajẹ olori-kunkun, mo si wo ile rẹ lulẹ, ni orukọ Jesu.

12. Gbogbo iṣe ajẹ ti olubi ti wọn yan lodi si ayanmọ mi, ki loo nduro de? Ku, ni orukọ Jesu.

13. Iṣe ajẹ ti olubi ti nṣe ayidayida ayanmọ mi, ku, ni orukọ Jesu.

14. Gbogbo ibukun ti mo ti padanu latari iṣe ajẹ ti olubi, mo gba ọ pada, ni orukọ Jesu.

15. Mo paṣẹ ijakulẹ fun gbogbo oṣo ati ajẹ ti wọn yan lodi si alaja mi, ni orukọ Jesu.

16. Mo paṣẹ ki orun pa gbogbo awọn aninilara mi lọsan ati oṣupa ati irawọ ki o pa wọn ni oru, ni orukọ Jesu.

17. Gbogbo ibi-giga ti iku lori ọkan ati erongba mi, mo fa ọ lulẹ, ni orukọ Jesu.

18. Mo ṣeto ilera atokewa, ojurere atokewa, ẹmi gigun, igbesoke nipa tẹmi sinu aye mi nipa agbara ti mbẹ ninu ẹjẹ Jesu.

19. Emi ki yoo ku bikoṣe yiye lati maa kede iṣe Ọlọrun, ni orukọ Jesu.

20. Gbogbo ajọ ajẹ ati ile ẹru ẹmi omi, jọwọ olubi mi, ni orukọ Jesu.

21. Gbogbo ihamọ ti iṣe ajẹ idile, jọwọ alaja mi, ni orukọ Jesu.

IPELE KEJE – PÍPA ÀWỌN OLÈ ÀYÀNMỌ́ NÍ ÌPAKÚPA

IPELE KEJE ỌJỌ KINI (07-10-2016)

Bíbélì Kíkà: I Àwọn Ọba 18

Ìjẹ́wọ́: Ìfihàn 5:12: Nwọn nwi li ohùn rara pe, Yiyẹ li Ọdọ Aguntan naa ti a ti pa, lati gbà agbara, ati ọrọ̀, ati ọgbọ́n, ati ipá, ati ọlá, ati ogo, ati ibukún.

Orin iyin

Awọn orin iyin ati idupẹ

Adura Iyin ati Idupẹ

1. Baba, jẹ́ kí iṣẹ́ àmì àti àrà jẹ́ ìpín mi, ni orukọ Jesu.

2. ˙ Gbogbo ìdíwọ́ nínú ayé mi, yàgò lọ́nà fún àwọn iṣẹ́ iyanu, ni orukọ Jesu.

3. Gbogbo ìjákulẹ̀ ninu aye mi, di afárá fún àwọn ìyanu mi, ní orukọ Jesu.

4. Mo gbá èjẹ Jesu mú lodi sí ìdaduro okunkun lori àwọn iyanu mi, ni orukọ Jesu.

5. Mo pàṣẹ nípa iná òun àrá pé n kò ní kú ṣáájú ìfarahàn àwọn ìyanu mi, ní orukọ Jesu.

6. Ẹ̀dá tí máa ń já ìyanu ẹni gbà, jọ̀wọ́ọ iyanu mi nisinsinyin nipa ina, ni orukọ Jesu.

7. Gbogbo irugbin t'ẹ̀mí tó lodi tí wọn yan lodi si ayé mi, gbina, ni orukọ Jesu.

8. Ọlọrun, dide ki o si sọrọ ìwosan ati ìyanu ògidì sinu aye mi, ni orukọ Jesu.

9. Ẹ̀yà-ara mi, gba iṣẹ́ ìyanu ògidì, ní orukọ Jesu.

10. Baba mi, dìde nípa àwọn àmì òun àrà rẹ, kí o sì bẹ ayé mi wò, ni orukọ Jesu.

11. Bíi ìla oòrun, iwọ́ Ọlọrun àrà, dìde ninu aye mi, ni orukọ Jesu.

12. Ọlọrun oníṣẹ́ àmi ati ara, ìwọ ni oníṣẹ́-abẹ ode-ọ̀run, fọwọkan mi nipa agbara rẹ, ni orukọ Jesu.

13. Jẹ́ kí agbara Ọlọrun to n ṣiṣẹ́ ara kí ó kalẹ̀ sori ọrọ aye mi fun iṣẹ́ àmi ati ara, ni orukọ Jesu.

14. Jẹ́ kí iṣẹ́ ami àti iṣẹ́ àrà farahan ninu aye mi, ni orukọ Jesu.

15. Iná Ẹ̀mí-mímọ́ bẹ̀ mí wò pẹ̀lú iṣẹ́ àmi òun àrà, ni orukọ Jesu.

16. Mo pàṣẹ nipa iná ati àrá, pé n ò ní kú ṣaaju ìfarahàn ìyanu mi, ni orukọ Jesu.

17. Ọlọrun, dide ki o si gbọ́ mi nigba ìpọ́njú, ni orukọ Jesu.

18. Oluwa, mo sa wọnu orukọ Rẹ ti n ṣe ìṣọ́ agbara, ni orukọ Jesu.

19. Oluwa, jẹ́ ki gbogbo iṣoro olori-kunkun mi, máa wolẹ̀, ni orukọ Jesu.

20. Ẹmi ki yóò kú nitori àwọn iṣoro mi, ni orukọ Jesu.

21. Ẹmi ki yóò gba itiju nitori àwọn iṣoro mi, ni orukọ Jesu.

22. Jẹ́ kí iná Ọlọrun bẹ̀rẹ̀ síní gbogun ti àwọn ẹ̀dá tó n ja iyanu gbà tí wọn yan lodi si aye mi, ni orukọ Jesu.

ÌPELE KEJE, ỌJỌ́ KEJÌ (08-10-2016)
Bíbélì Kíkà: I Àwọn Ọba 18
Ìjẹ́wọ́: Ìfihàn 5:12: Nwọn nwi li ohùn rara pe, Yiyẹ li Ọdọ Aguntan naa ti a ti pa, lati gbà agbara, ati ọrọ̀, ati ọgbọ́n, ati ipá, ati ọlá, ati ogo, ati ibukún.
Orin iyin
Awọn orin iyin ati idupẹ
Adura Iyin ati Idupẹ

23. Ọlọrun ti ṣe mi ni ohun elo ko ṣehun ti Rẹ̀, ohunrere kan ki yoo ṣoro ṣe fun mi, ni orukọ Jesu.

24. Gbogbo ègún ati májẹ̀mú koṣeeṣe lori aye mi, fọ́, ni orukọ Jesu.

25. Ìwọ Golayati koṣeeṣe ninu aye mi, ku, ni orukọ Jesu.

26. Ẹmi ki yoo ku lai di ẹni awari, ni orukọ Jesu.

27. Ẹmi ki yoo ku lai wúlọ àti lai ṣe eni ti wọn gbúròó, ni orukọ Jesu.

28. Ẹmi ki yoo ku ni ẹni ti wọn ko yọ ayọ lori rẹ tàbi ti wọn ko ṣàárò, ni orukọ Jesu.

29. Ẹmi ki yoo ku lai ni èso ati lai mu ayanmọ ṣe, ni orukọ Jesu.

30. Ohunrere gbogbo ti ọta ti gbe mi ninu aye mi, máa di púpọ̀, ni orukọ Jesu.

31. Ọlọrun dide ki o si ran iranlọwọ si mi lati inu ile-mimọ rẹ ki o si ro mi lagbara lati Sioni wa, ni orukọ Jesu.

32. Jẹ́ ki a kede ìgbàsilẹ̀ mi ati ìtusilẹ̀ mi lati ọrun wa, ni orukọ Jesu.

33. Ki n to pari àwọn adura mi yii, Oluwa, jẹ́ kí awọn angẹli rẹ wa loju iṣẹ́ fun mi, ni orukọ Jesu.

34. Gbogbo balogun paṣia ati awọn ẹ̀mí agbegbe ni ayika mi, ti wọn n di ifarahan iṣẹ́ iyanu Ọlọrun lọwọ ninu aye mi, tuka, ni orukọ Jesu.

35. Mo gbé e de, mo si le jade kuro ni agbegbe mi, gbogbo oludena iyanu ati adura, ni orukọ Jesu.

36. Ìwọ ọluja-iyanu-gba, jọ̀wọ́ àwọn iyanu mi nisinsinyi nipa ina, ni orukọ Jesu.

37. Gbogbo agbooru satani ti ko jẹ ki òjò ibukun mi lati ọrun wa ki o rọ le mi lori, gbiná, ni orukọ Jesu.

38. Ọlọrun, dide ki o si jẹ ki ọrun mi ki o ṣi nisinsinyi, ni orukọ Jesu.

39. Emi ki yoo sọ ireti nu, nitori pe mo ni igbagbọ lati ri ire Oluwa ni ilẹ̀ alaaye, ni orukọ Jesu.

40. Oluwa, pa ọkan mi mọ lọwọ iku, ojú mi kuro lọwọ omije ati ẹsẹ mi lọwọ iṣubu, ni orukọ Jesu.

41. Àwọn eniyan yoo gbọ ẹrí mi, wọn yoo si fi ògo fun Ọlọrun ninu aye mi, ni orukọ Jesu.

42. Baba mi, jẹ ki idasi rẹ lati oke wa ninu aye mi jere ọkan sinu ijọba Ọlọrun, ni orukọ Jesu.

ÌPELE KEJE, ỌJỌ́ KẸTA (09-10-2016)

Bíbélì Kíkà: I Àwọn Ọba 18

Ìjẹ́wọ́: Ìfihàn 5:12: Nwọn nwi li ohùn rara pe, Yiyẹ li Ọdọ Aguntan naa ti a ti pa, lati gbà agbara, ati ọrọ̀, ati ọgbọ́n, ati ipá, ati ọlá, ati ogo, ati ibukún.

Orin iyin

Awọn orin iyin ati idupẹ

Adura Iyin ati Idupẹ

43. Mo fi ẹ̀jẹ̀ Jesu gbogun, mo si bori gbogbo ẹmí kọṣeeṣe ninu aye mi, ni orukọ Jesu.

44. Mo tu ara mi silẹ̀ kuro ninu ikorajọpọ igbekun kọṣeeṣe, ni orukọ Jesu.

45. Gbogbo irugbin, gbongbo ati ẹka kọṣeeṣe ninu aye mi, ku, ni orukọ Jesu.

46. Mo yọ orukọ mi kuro ati ohun gbogbo to ni ṣe pẹlú aye mi kuro lori pẹpẹ kọṣeeṣe, ni orukọ Jesu.

47. Mo kọ lati wẹ ninu òkun kọṣeeṣe, ni orukọ Jesu.

48. Gbogbo ọba Usaiah ti ko jẹ kọṣeeṣe fun mi lati ri ògo Ọlọrun, kú, ni orukọ Jesu.

49. Afẹ́fẹ́ kọṣeeṣe ko ni fẹ si ìhà ọ̀dọ̀ mi, ni orukọ Jesu.

50. Iwọ odò kọṣeeṣe to n ṣàn ni itọsi ati ni ayika mi, gbẹ danu, ni orukọ Jesu.

51. Mo gba ipá Oluwa lati fò rekoja odi kọṣeeṣe, ni orukọ Jesu.

52. Gbogbo òkun pupa kọṣeeṣe, pinya, ni orukọ Jesu.

53. Ìwọ angẹli ko ṣehun ti ati aṣeyọri, bẹ̀rẹ̀ sini ṣe iṣẹ́-iranṣẹ fun mi, ni orukọ Jesu.

54. Pẹlu Ọlọrun ni iha mi, ohunrere kan ki yoo nira fun mi, ni orukọ Jesu.

55. Èmi yoo de ibi ilepa mi ki àwọn ọta mi to mọ ohun to n ṣẹlẹ̀, ni orukọ Jesu.

56. N o mu ayanmọ mi ṣẹ, bi ọta fẹ tabi wọn kọ, ni orukọ Jesu.

57. Oluwa yoo tọ iṣisẹ mi lati mu ayanmọ mi ṣẹ, ni orukọ Jesu.

58. Jẹ ki ẹgan mi yi si ògo, ni orukọ Jesu.

59. Jẹ ki egungun gbigbẹ ayanmọ mi, gba ìyè, ni orukọ Jesu.

60. Lati isinsinyi lọ, mo mu irin-ajo imuṣẹ ayanmọ mi pọ̀n ni gbogbo ọna, ni orukọ Jesu.

61. Mo ge ìwọ ẹmí ti ìsan ibi ti n sàn wọ inu ayanmọ mi danu, ni orukọ Jesu.

62. Ko si ọrọ ibi kan ti a sọ lati inu oòrun, òṣùpá ati irawọ ti yoo ṣe lori aye mi, ni orukọ Jesu.

63. Gbogbo ọrọ ibi ati ogede lati ori ẹní adura ibi, igbó àìwò, àwọn abàmì igi, orita mẹta, agbegbe omi ati awon ile adura ẹlẹgbẹ okunkun, máa dakẹjẹ, ni orukọ Jesu.

ÌPELE KEJE, ỌJỌ́ KẸRIN (10-10-2016)
Bíbélì Kíkà: I Àwọn Ọba 18
Ìjẹ́wọ́: Ìfihàn 5:12: Nwọn nwi li ohùn rara pe, Yiyẹ li Ọdọ Aguntan naa ti a ti pa, lati gbà agbara, ati ọrò, ati ọgbọ́n, ati ipá, ati ọlá, ati ogo, ati ibukún.
Orin iyin
Awọn orin iyin ati idupẹ
Adura Iyin ati Idupẹ

64. Baba, ẹ ṣeun fun ayipada ninu aye mi, ni orukọ Jesu.

65. Gbogbo agbara, to ni lati kú ki ẹrí mi lè farahàn, kú, ni orukọ Jesu.

66. Gbogbo ẹ̀tò àwọn agbara afiniṣẹlẹya fun aye mi, pẹhinda, ni orukọ Jesu.

67. Nipa agbara to n bẹ ninu ẹ̀jẹ Jesu, mo gba iyanu ti yoo ṣeruba awọn ọ̀rẹ́ mi ti yoo si ya àwọn ọta mi lẹnu, ni orukọ Jesu.

68. Àṣẹ okunkun to ṣe agbatẹru fun àwọn iṣoro gbogbo igba, tuka, ni orukọ Jesu.

69. Nipa agbara to pin okun pupa niya, jẹ ki ọna ko la, ni orukọ Jesu.

70. Nipa agbara to sọ ori Golayati ni okuta, jẹ ki iṣoro olori-kunkun aye mi kú, ni orukọ Jesu.

71. Nipa agbara to dojuti Sẹnakerubu, jẹ́ kí àjọ àjẹ́ to korajọpọ lodi si mi, gbiná, ni orukọ Jesu.

72. Nipa agbara to pin odo Jọdani niya, jẹ ki alaja mi ti ko wọpọ̀ farahan, ni orukọ Jesu.

73. Gbogbo agbara to n gan adura mi, gba iparun ilọpo meji, ni orukọ Jesu.

74. Ọlọrun Elija dide, ki o si sọ mi di ara to ju òye ẹ̀dá lọ, ni orukọ Jesu.

75. Nipa ọrọ Ọlọrun, ti ko le yẹ̀, mo lọ si ipele mi to kan, ni orukọ Jesu.

76. Gbogbo alufaa satani to n ṣiṣẹ iranṣẹ lodi si àwọn alaja mi, máa gba itiju, ni orukọ Jesu.

77. Akoko ẹ̀rín ti kò wọpọ̀ ati ijo iṣẹgun, farahan, ni orukọ Jesu.

78. Ohunkohun to ti de ayanmọ mi mọlẹ, tu kuro laye mi, ni orukọ Jesu.

79. Àjẹ́ to n fi ayanmọ mi ṣere, máa parẹ́, ni orukọ Jesu.

80. Oluwa, tun agbegbe mi to lati ṣe ojurere si mi, ni orukọ Jesu.

81. Emi yoo jẹ olubori, emi ki yoo farapa loju ija, ni orukọ Jesu.

82. Ti mo ba ti pinya kuro lara ayanmọ mi, Ọlọrun dide ki o si so mi pada mọ, ni orukọ Jesu.

83. Oluwa, ohunkohun ti o ko ṣeto sinu aye mi, parẹ́, ni orukọ Jesu.

84. Ọlọrun, tu majele to wa ninu ipinlẹ mi ka, ni orukọ Jesu.

ÌPELE KEJE, ỌJỌ́ KARÙN-ÚN (11-10-2016)

Bíbélì Kíkà: I Àwọn Ọba 18

Ìjẹ́wọ́: Ìfihàn 5:12: Nwọn nwi li ohùn rara pe, Yiyẹ li Ọdọ Aguntan naa ti a ti pa, lati gbà agbara, ati ọrọ̀, ati ọgbọ́n, ati ipá, ati ọlá, ati ogo, ati ibukún.

Orin iyin

Awọn orin iyin ati idupẹ

Adura Iyin ati Idupẹ

85. Ipokípo to n kojú aṣeyọri mi, tẹriba, ni orukọ Jesu.

86. Ọlọrun dide fun mi ni ìdí ti o jinlẹ̀ lati yọ ati lati rẹrin-in ninu ọdun yii, ni orukọ Jesu.

87. Àwọn ọta yoo sọkun lori ọrọ̀ mi ninu ọdun yii, ni orukọ Jesu.

88. Baba mi, fi aṣiri ti kò wọpọ̀ nipa ipele mi to kan han mi, ni orukọ Jesu.

89. Gbogbo osù inú odún yii, yoo je ijakulè fun àwon ota mi, ni oruko Jesu.

90. Baba mi, da àwon òtá mi laamu pèlú isoro ti o tobi ju won lo, ni oruko Jesu.

91. Olorun dide ki o si yalu irawo mi, ki o si tu sílè, ni oruko Jesu.

92. Eyin ota mi, e gbó òrò Oluwa, e gbé erù yin, ni oruko Jesu.

93. Gbogbo ejò ti won yan lati bu ayanmo mi je, kú, ni oruko Jesu.

94. Olorun dide ki o sì jà fun mi ni òsán àti ní òru, ní pètélè ati lori òkè, ni oruko Jesu.

95. Gbogbo agbara ti won yan lati tu ohun igbekele mi ka, gbe dànù, ni oruko Jesu.

96. Gbogbo agbara ti won yan lati re igbega mi sile, kú, ni oruko Jesu.

97. Gbogbo àjo satani ti won gbe kalè lodi si mi, tuka, ni oruko Jesu.

98. Òpá àwon ika to n dojuko ilosiwaju mi, fó, ni oruko Jesu.

99. Àwon àlàjá tó ti ní idaduro, Igbega to ni idaduro, farahàn nipa ina, ni oruko Jesu.

100. Mo so awon isoro alarinkiri di alailagbara, ni oruko Jesu.

101. Mo dojuti gbogbo àwon agbara ìdáyàfò, ni oruko Jesu.

102. Olorun dìde ki o si fun awon òtá mi ni jíjoro ni odún yii, ni oruko Jesu.

103. Àwon òtá mi ki yoo yò lórí mi ninu odún yìí, ni oruko Jesu.

104. Ibanuje òun omijé, mo fa o tu kúrò ninu ayé mi nípa iná, ni oruko Jesu.

105. Agbara yoowu tí wón yan lati ri oko igbala mi, kú, ni oruko Jesu.

ÌPELE KEJE, OJÓ KEFÀ (12-10-2016)

Bíbélì Kíkà: I Àwon Oba 18

Ìjéwó: Ìfihàn 5:12: Nwon nwi li ohùn rara pe, Yiye li Odo Aguntan naa ti a ti pa, lati gbà agbara, ati orò, ati ogbón, ati ipá, ati olá, ati ogo, ati ibukún.

Orin iyin

Awon orin iyin ati idupe

Adura Iyin ati Idupe

106. Baba mi, gbà mí lọwọ aṣiṣe nla, ni orukọ Jesu.

107. Ọlọrun, dide kí o sì dàmú àwọn ọtá mi, ni orukọ Jesu.

108. Ọlọrun Èlíjà, dìde kí o sì fagilé gbogbo iponju mi, ni orukọ Jesu.

109. Ọlọrun, dide nipa àrá iná rẹ kí o sì yí ìtàn ayé mi padà, ni orukọ Jesu.

110. Ọlọrun, dide ninu agbara rẹ to n fọ́ ajaga kí o sì fọ́ ajaga ayé mi loni, ni orukọ Jesu.

111. Ọlọrun Abramu, dide kí o sì ra àwọn ọtá mi níyè, ni orukọ Jesu.

112. Ọlọrun Isaaki, dide ki o si sọ ẹrín mi di púpọ̀, ni orukọ Jesu.

113. Ọlọrun Israẹli, dide ki o si gbé mi ga nipa ina, ni orukọ Jesu.

114. Nipa agbara rẹ ti n gbé nnkan dè, Ọlọrun, dide, ki o si gbe àwọn ayọnilẹnu mi dè, ni orukọ Jesu.

115. Nipa agbara ko sehun ti Rẹ, Ọlọrun, dide, ki o si farahàn ninu aye mi, ni orukọ Jesu.

116. Baba mi, Baba mi, Baba mi, dide ki o si jẹ ki gbogbo aye mọ pe iwọ ni Ọlọrun mi, ni orukọ Jesu.

117. Gbogbo ìjì aye mi, máa dáké nípa iná, ni orukọ Jesu.

118. (Dárúkọ ara rẹ), gbọ ọ̀rọ̀ Oluwa, dakẹjẹ kí o si mọ pe Ọlọrun ni Ọlọrun, ni orukọ Jesu.

119. Ọlọrun dìde, ki o si fi aanu nla han mi loni, ni orukọ Jesu.

120. Baba mi, ba ohunkohun to n ba alafia mi díjẹ, báa díjẹ, ni orukọ Jesu.

121. Gbogbo agbara to fẹ sọ Ọlọrun dèké ninu aye mi, kú, ni orukọ Jesu.

122. Iwọ agbara dagoni ti wọn yan lodi si mi, mo gbe ọ sin nisinsinyi, ni orukọ Jesu.

123. Gbogbo àmì ibi tí wọn lẹ mọ mi lara, gbẹ danu, ni orukọ Jesu.

124. Gbogbo àwọn to korira mi yoo gba èrè-itiju ni gbogbo ọna, ni orukọ Jesu.

125. Imọlẹ mi, gbọ ọrọ Oluwa, máa mọ́lẹ̀ si, ni orukọ Jesu.

126. Mo paṣẹ òṣì sinu aye àwọn ọtá olori-kunkun mi, ni orukọ Jesu. Ní oṣù yí, agbara yoowu to n pe Ọlọrun mi níjà ninu aye mi gbọdọ kú, ni orukọ Jesu.

ÌPELE KEJE, ỌJỌ́ KEJE (13-10-2016)
Bíbélì Kíkà: I Àwọn Ọba 18
Ìjẹ́wọ́: Ìfihàn 5:12: Nwọn nwi li ohùn rara pe, Yiyẹ li Ọdọ Aguntan naa ti a ti pa, lati gbà agbara, ati ọrọ̀, ati ogbọ́n, ati ipá, ati ọlá, ati ogo, ati ibukún.
Orin iyin
Awọn orin iyin ati idupẹ
Adura Iyin ati Idupẹ

127. Gbogbo oyún okunkun to ni ṣe pẹlu aye mi ninu oṣu yí, mo ṣé o nípa iná, ni orukọ Jesu.

128. Ẹyin ọrun o, kéde ògo rẹ lórí aye mi, ni orukọ Jesu.

129. Gbogbo afiniṣòfò ati asonidahoro ti wọn yan lati gbé mi mì, ku, ni orukọ Jesu.

130. Àìsàn àti Àìlera kì yóò fi aye mi ṣòfò, ni orúkọ Jesu.

131. Gbogbo ètò láti mú ìjákulẹ̀ bá àwọn àlàjá mi, gbiná, ni orukọ Jesu.

132. Gbogbo Àlùfáà òkùnkun tó ń lo àfọ̀ṣẹ lodi sí mi, kú, sínú ibojì iná, ni orukọ Jesu.

133. Gbogbo ẹnu ìká tó yàá lẹ̀ láti gbe àwọn àlàjá mi mì nínú oṣù yí, gbẹ dànù, ní orukọ Jesu.

134. Ọlọrun, dìde kí o sì ró ẹyẹ idì àlàjá mi ní agbára láti fò nínú oṣù yí, ni orukọ Jesu.

135. Olúwa gbé mi ga ninu oṣù yí nípa iná, ní orúkọ Jesu.

136. Ṣe ohun kan ninu aye mi, Oluwa, tí yóò mú kí àwọn eniyan bá mi yọ̀, ni orukọ Jesu.

137. Èmi yóò kọ orin mi, n ó sì jó ijó mi ní ọdún yìí, ni orukọ Jesu.

138. Agbára yòówù tí wọ́n yan láti mú mi dáwọ́lé ohun agọ̀, kú, ni orúkọ Jesu.

139. Baba fún mi ní ìbẹ̀rẹ̀ ọtun, ni orukọ Jesu.

140. Baba mi, jẹ́ kí ọdún yìí jẹ́ ọdún Júbílì àti àjọyọ̀ mi, ni orúkọ Jesu.

141. Gbogbo ègún ìdúró tirii, fọ́, ni orukọ Jesu.

142. Ọlọ́run, dìde fi ẹ̀rín sí ẹnu mi, ní orúkọ Jesu.

143. Ọlọ́run, dìde kí o sì fòpin sí omijẹ́ mi, ni orúkọ Jesu.

144. Ọlọ́run, dìde jẹ́ kí òpin dé bá ìtìjú mi, ni orúkọ Jesu.

145. Ọlọ́run, dìde kí o sì sọ àwọn tó mú mi ní 'gbèkùn di ẹrú mi, ní orúkọ Jesu.

146. Ìyanu, tó kọjá àlàyé, farahàn nínú ayé mi nísinsìnyí, ni orúkọ Jesu.

147. Ọlọ́run, dìde lónìí, jẹ́ kí ipò mi yípadà, ní orúkọ Jesu.

ÌPELE KEJE, ỌJỌ́ KẸJỌ (14-10-2016)
Bíbélì Kíkà: I Àwọn Ọba 18
Ìjẹ́wọ́: Ìfihàn 5:12: Nwọn nwi li ohùn rara pe, Yiyẹ li Ọdọ Aguntan naa ti a ti pa, lati gbà agbara, ati ọrọ̀, ati ọgbọ́n, ati ipá, ati ọlá, ati ogo, ati ibukún.
Orin iyin
Awọn orin iyin ati idupẹ
Adura Iyin ati Idupẹ

148. Lónìí, mo fi ara mi sípò fún ìdásí àtòkèwá, ní orukọ Jesu.

149. Ọlọ́run, Baba mi, bú jáde nínú ayé mi nípa iṣẹ́ ami ati ara, ni orukọ Jesu.

150. Orísun ọ̀run, dìde nípa iná, gbé mi ga, ni orukọ Jesu.

151. Agbára yòówù tó fẹ́ kí n kú báyìí, kú, ni orukọ Jesu.

152. Baba mi, dìde kí o sì jẹ́ kí gbòngbò ìnira nínú ayé mi kú nísinsìnyí, ní orúkọ Jesu.

153. Ìwọ òkun pupa ìdíwọ́, mo kígbe lòdì sí ọ, pínyà nípa iná, ní orukọ Jesu.

154. Gbogbo agbára tó di ohun-èlò ìlọsíwájú mi mú ṣinṣin, kú, ni orukọ Jesu.

155. Mo gbà á padà ní ìlọpo mẹ́wàá gbogbo ọdún mi tó ti sòfò, ní orúkọ Jesu.

156. Ìdúkokò sàtàní yòówù tó lòdì sí ìwàláàyé mi, máa di fífàtu, ni orukọ Jesu

157. A kì yóò fún ẹlòmíràn ní ìpín mi, ni orukọ Jesu.

158. Ìparun òjijì kì yóò jẹ ìpín mi, ní orukọ Jesu.

159. Gbogbo ìfayà tí wọn yàn fún ìsubú mi, kú, ni orukọ Jesu.

160. Ẹ̀dá yóòwú tó ń gbé irúgbìn ìṣe- ìkà lòdì sí mi, ki àṣíri rẹ kí ó tú, kí o si gba ìtìjú, ni orukọ Jesu.

161. Ọ̀tá tí o'wá nígbà tí mo sùn, gba èrè-ìtìjú, ni orukọ Jesu.

162. Ìwọ àkàsọ̀ ìnira, gbína, ní orukọ Jesu.

163. Ìwọ àkàsọ ìpọ́njú, gbiná, ni orukọ Jesu.

164. Ìwọ àkàsọ̀ àìlera, gbiná, ni orukọ Jesu.

165. Ìwọ àkàsọ̀ ikùnà ní beebe àlàjá, gbína, ní orukọ Jesu.

166. Ọlọrun, dìde kí o sì bú ramúramù bí kìnìún tó lẹ́rù, ki ò paru awọn to fẹ pa ayanmo mi run, ni orukọ Jesu.

167. Agbára mùjẹ̀mùjẹ̀, tó ń mu ẹ̀jẹ̀ áísíkí mi, kú, ní orukọ Jesu.

168. Gbogbo agbègbe tó fẹ́ yẹ ayé mi kúrò ní ipò, gbẹ dànù, ní orúkọ Jesu.

ÌPELE KEJE, ỌJỌ́ KẸSÀN-ÁN (15-10-2016)

Bíbélì Kíkà: I Àwọn Ọba 18

Ìjẹ́wọ́: Ìfihàn 5:12: Nwọn nwi li ohùn rara pe, Yiyẹ li Ọdọ Aguntan naa ti a ti pa, lati gbà agbara, ati ọrọ̀, ati ọgbọ́n, ati ipá, ati ọlá, ati ogo, ati ibukún.

Orin iyin

Awọn orin iyin ati idupẹ

Adura Iyin ati Idupẹ

169. Gbogbo Golayati to n funnu mọ àwọn alaja mi, ku, ni orukọ Jesu.

170. Ayanmọ mi, gbọ ọ̀rọ̀ Olúwa, sún lọ sí ìpele rẹ tó kan, ni orukọ Jesu.

171. Àwọn ejò àti akeeke tí wọn yan lati dojuti mi, ku, ni orukọ Jesu.

172. Adáhunṣe yòówù tí wọn yan láti gba ẹmí mi, kú, ni orukọ Jesu.

173. Ilọsíwájú ibi, gbọ́ ọ̀rọ̀ Oluwa, kú, ni orukọ Jesu.

174. Àwọn eye òkùnkùn tí wọn yàn láti yọ ìràwọ̀ mi lẹ́nu, kú, ní orukọ Jesu.

175. Ìwọ agbára òdiwọn, òpùrọ́ ni ọ́, kú, ni orukọ Jesu.

176. Ògo mi, dide kuro ni ibojì ipadasẹyin, tàn, ni orukọ Jesu.

177. Gbogbo ọfà rúdurùdu, gba èrè-ìtìjú, ni orukọ Jesu.

178. Gbogbo apejọ iponju, tuka, ni orukọ Jesu.

179. Ẹ̀jẹ Jesu, dá rúdurùdu sílẹ̀ ní àká-ẹ̀jẹ̀ àwon àjẹ́, ní orukọ Jesu.

180. Mo pàṣẹ lodi si àwọn ejò ati akeeke. Jẹ́ kí oró inu wọn kú, ni orukọ Jesu.

181. Mo pe ẹ̀jẹ Jesu sórí ayé mi, ni orukọ Jesu.

182. Mo paarẹ gbogbo ẹsun eke ti o ba ofin mu, ti ọta sọ lodi si mi, ni orukọ Jesu.

183. Mo gbe gbogbo ailera ti àjẹ́ ṣe agbatẹru fun dè, mo si le wọn jade, ni orukọ Jesu.

184. Gbogbo oògùn tó ń ṣiṣẹ́ lodi sí mi, máa parun, ni orukọ Jesu.

185. Mo lo ẹ̀jẹ Jesu lati pín ara mi níyà kuro lára àwòrán eniyan yoowu tí wọn n lò lodi si aye mi, ni orukọ Jesu.

186. Gbogbo májẹ̀mú tó ń fọhùn lodi sí àyànmọ́ mi, máa parun, ni orukọ Jesu.

187. Mo ṣe lodi si gbogbo pẹpẹ tabi ojubọ okunkun to n ṣe lodi si ayanmo mi, ni oruko Jesu.

188. Nipa agbara to n bẹ ninu ẹ̀jẹ Jesu, mo sọ gbogbo ọfà ati ògèdè tó ń ṣiṣẹ́ lodi sí aye mi di alailagbara, ni orukọ Jesu.

189. Mo paárẹ́, mo sì sọ ọ́ dasán gbogbo àyídáyidà àjẹ́ tó ń kan mí lára, ni orúkọ Jesu.

ÌPELE KEJE, ỌJỌ́ KẸWÀÁ **(16-10-2016)**
Bíbélì Kíkà: I Àwọn Ọba 18
Ìjẹ́wọ́: Ìfihàn 5:12: Nwọn nwi li ohùn rara pe, Yiyẹ li Ọdọ Aguntan naa ti a ti pa, lati gbà agbara, ati ọrọ̀, ati ọgbọ́n, ati ipá, ati ọlá, ati ogo, ati ibukún.
Orin iyin
Awọn orin iyin ati idupẹ

Adura Iyin ati Idupẹ

190. Mo gbé e dè, mo sì lé e jáde, ẹ̀mí ikú yòówù tó ń rábàbà lórí aye mi, ni orukọ Jesu.

191. Mo pàṣẹ pé ohun yoowu ti Ọlọ́run kò gbìn sínú ayé mi, ko máa di fífàtu nísinsìnyí, ni orúkọ Jesu.

192. Gbogbo àránsí ibi láti ọ̀dọ àwọn ìkà ìdílé tó ń ṣiṣẹ́ lodi sí mi, poora, ni orukọ Jesu.

193. Mo gbé e dè, mo sì lé e jade gbogbo ipa àìtọ́ ẹ̀mí ibojì-òkú lórí ayé mi, ni orukọ Jesu.

194. Mo tú ara mi sílẹ̀ kúrò nínú gbogbo ìdè ìfijì ibi, ni orukọ Jesu.

195. Mo gé'gùn-ún ikú fun gbogbo kòkòrò àrùn tí satani n ṣe agbatẹru fun to n ṣiṣẹ́ lodi si aye mi, ni orukọ Jesu.

196. Ọlọ́run dìde ki o si tu gbogbo rìkísí to n ṣiṣẹ́ lodi si ilọsiwaju mi ka, ni orukọ Jesu.

197. Baba mi, dide ninu agbara nla rẹ ki o si dojuti àwon olori-kunkun aninilara aye mi, ni orukọ Jesu.

198. Ọlọrun dide ki o si da èdè àwọn ọ̀tá olori-kunkun aye mi ru, ni orukọ Jesu.

199. Gbogbo abẹ́rẹ́ satani, to n ṣiṣẹ́ lodi si ayanmọ mi, pẹyinda, ni orukọ Jesu.

200. Mo gbé e dè, mo si le e danu, gbogbo ẹmi ẹ̀rù ati àníyàn, ni orukọ Jesu.

201. Ẹ̀jẹ̀ mi, kúrò lori pẹpẹ ibi gbogbo, ni orukọ Jesu.

202. Gbogbo májèlé t'ara àti t'ẹmí tó ń ṣiṣẹ́ lodi si ara mi, gbẹ dànù, ni orukọ Jesu.

203. Ọlọrun dide ki o si fọhun iwòsàn àti àwon iyanu iṣẹ̀dá s'aye mi, ni orukọ Jesu.

204. Baba mi, da àwọn angẹli rẹ silẹ lati ja ogun mi fun mi, ni orukọ Jesu.

205. Gbogbo ihà ayé mi ti òtá ti tọwọbọ, mo gbà wọn padà nípa iná, ní orúkọ Jesu.

206. Gbogbo ète okunkun to n yọ ilọsiwaju mi lẹnu, máa parun, ni orukọ Jesu.

207. Baba, jẹ́ ki agbara ajinde rẹ bale mi nisinsinyi, ni orukọ Jesu.

208. Gbogbo ibeere okunkun lori ayanmọ mi, tuka, ni orukọ Jesu.

209. Gbogbo ipá òkunkùn tí wọ́n yàn lodi si mi, iná Ẹ̀mí-mímọ́, jo wọn di eérú, ni orukọ Jesu.

210. Mo pa gbogbo ohùn ẹ̀jẹ̀ ẹbọ okunkun ti wọn yan lodi si mi lẹnumọ, ni orukọ Jesu.

IPELE KEJE – IJẸWỌ

Oluwa ni imọlẹ mi ati igbala mi, ta ni emi yoo beru? Oluwa ni agbara ẹmi mi; aya tani yoo fo mi? Nigba ti enia buburu, ani awọn ọta mi ati awọn abinuku mi sunmọ mi lati jẹ ẹran ara mi, wọn kọsẹ, wọn si ṣubu, ni orukọ Jesu. Gẹgẹ bi akoko yi, a o wi nipa ti emi ati idile mi wipe, ohun ti Ọlọrun ti ṣe, ni orukọ Jesu.

Ọlọrun ti ya mi s'ọtọ nipasẹ agbara irapada ninu ẹje ti Messiah, Olupilẹṣẹ ati Alaṣepe igbagbọ mi, kuro ninu gbogbo asopọ pẹlu majẹmu irandiran, egun ati ẹmi alayanle. Lati isinsiyi lọ, mo kọ lati ma gbe ninu ibẹru. Dipo eyi, ibẹru ati iwariri mi yoo ba le gbogbo ọta mi. Ni kete ti wọn ba gburo mi, wọn yoo jọwọ ara wọn fun mi, ni orukọ Jesu. Ọlọrun nfẹ leke ohun gbogbo pe ki emi ṣerere, ni orukọ Jesu. Mo gba iṣerere, ni orukọ Jesu.

IṢỌ ORU TI IPELE YI

(A o ma gba awọn adura wọnyi laari ago mejila oru si ago meji)

ORIN FUN IṢỌ ORU

1. Oluwa, jẹ ki awọn ala ati iran mi kọ gbogbo ayalu aje, ni orukọ Jesu.

2. Ki ara Ọlọrun ṣ'awari ki o si pa a run, gbogbo agbara ajọ ajẹ, nibi ti ijiroro ati ipinnu ti nlọ lodi si mi, ni orukọ Jesu.

3. Ẹmi omi iyowu lati abule tabi ilu ibi mi, ti nṣe iṣe ajẹ lodi si mi, idile mi, mo ke ọ danu nipa ina Ọlọrun, ni orukọ Jesu.

4. Mo paṣẹ ki awọn irawọ ni ipa ti wọn ja lodi si awọn aleni-madẹyin, ni orukọ Jesu.

5. Ọlọrun dide, bu ramuramu ki o si bori awọn ọta mi, ni orukọ Jesu.

6. Nipa ajinde ti Jesu Kristi Oluwa, agbara iku ti fọ kuro lori aye mi, ni orukọ Jesu.

7. Gbogbo ijoko iṣe ajẹ, gba ara ina Ọlọrun, ni orukọ Jesu.

8. Ki ibugbe awọn agbara ajẹ di ahoro, ni orukọ Jesu.

9. Gbogbo itẹ ajẹ, wo danu nipa ina, ni orukọ Jesu.

10. Ki ibi-giga ti agbara ajẹ di fifa lulẹ nipa ina, ni orukọ Jesu.

11. Ki ibi isadi awọn ajẹ wo lulẹ nipa ina, ni orukọ Jesu.

12. Ki gbogbo iṣe asopọ ajẹ tuka, ni orukọ Jesu.

13. Ki ẹrọ ibanisọrọ ajẹ parun nipa ina, ni orukọ Jesu.

14. Ohunkohun ninu mi, ti nṣe atilẹyin fun ale ajẹ lori ilera mi, jade pẹlu gbogbo gbongbo rẹ, ni orukọ Jesu.

15. Ẹyin ẹlẹru buburu ti ale ajẹ, ẹ gbe ẹru yin, ni orukọ Jesu.

16. Mo fọ gbogbo ipale irandiran lori aye mi, mo fọ ọ, ni orukọ Jesu.

17. Mo gba eto iṣuna owo mi pada kuro lọwọ ipale ajẹ, ni orukọ Jesu.

18. Gbogbo ale irandiran, ṣidi; ki o si jẹ ki awọn ohun rere bẹrẹ si ni farahan ninu aye mi ati ninu idile mi, ni orukọ Jesu.

19. Ki gbogbo ipale lori itẹsiwaju mi ṣubu lulẹ ki o si tuka, ni orukọ Jesu.

20. Gbogbo ale ti wọn gbe ka igbe aye ẹmi mi, ṣidi nipa ina, ni orukọ Jesu.

21. Ki gbogbo ale satani lori idide mi fọ danu, ni orukọ Jesu.